ராஜகுமாரி வீடு
வழியில் இருந்தது

உமா மோகன்

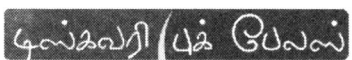

டிஸ்கவரி புக் பேலஸ்

6, Mahaveer Complex, Munusamy Salai,
K.K.Nagar West, Chennai-600 078.

ராஜகுமாரி வீடு வழியில் இருந்தது *(சிறுகதைகள்)*

ஆசிரியர்: உமா மோகன்©

Rajakumariyin veedu vazhiyil irundhadhu (short stories)

Author: Uma Mohan©

Publisher: Discovery Book Palace

First Edition: Jan - 2018

Pages: 108

Cover & Book Design: Bharathi Kaleidoscope, Kovai.

Cover Photos : Raji Swaminathan

Discovery Book Palace (P) Ltd,

6, Mahaveer Complex, Munusamy Salai,

K.K.Nagar West, Chennai-600 078.

Ph: +91 - 44-6515 7525

Mobile: +91 87545 07070

Email: **discoverybookpalace@gmail.com,**

Website: **www.discoverybookpalace.com**

Rs. 100

நன்றி

நற்றிணை
பாவையர் மலர்
பல்சுவைக் காவியம்
கல்கி
செம்மலர்
வாசக சாலை

கதை கேட்பதிலும் சொல்வதிலும் ஈர்ப்பு தந்த
ஆத்தா வைரக்கண்ணு அம்மாளுக்கும்
கதை பகிர்வதில் உறவின் நெருக்கம் கூட்டிய
மாமி வைரம் அம்மாளுக்கும்

உள்ளடக்கம்

இடம்	15
இறுக்கிய முடிச்சு	21
எட்டுக்கரைமேடு	30
கஜிகஜி புடவை	34
சக்கர மூக்குத்தி	40
சம்பாதனை	47
சில்லுக்கட்டம்	54
முட்கள் நகர்கின்றன	63
ராஜகுமாரி வீடு வழியில் இருந்தது	73
வள்ளிக்குட்டி என்ற ஜோதிகாவின் அம்மா	80
விருந்தும் மருந்தும்	90
கமலா மகன்	97

வானம், பறப்பவர்களுக்குத் தொட்டுவிடும் தூரம்தான்

◆

பிரபஞ்சன்

◆

இந்தியச் சமூகம், குடும்பங்கள் என்கிற கருத்துருவால் கட்டப்பெற்ற சமூகம். குடும்பமோ, உறவுகள் என்கிற சங்கிலிகளால் பிணைக்கப் பட்ட, உணர்வுகளால் பூசி மெழுகப் பெற்ற உருவகம். ஒரு தனி மனிதர், அவர் செயலுக்கும் அவர் சார்ந்த குடும்பத்துக்கும் பதில் சொல்லக் கடமைப்பட்டிருக்கிறார். முழுக்கவும் தனிநபர் பிரச்னை என்று நம்பப் படும் காதல், சேர்ந்து வாழ்தல் முதலானவைகளுக்கும் கூட அத்தனி நபர் குடும்பத்துக்கும், பல வேளைகளில் ஊருக்கும் பதில் சொல்ல வேண்டியவராக இருந்து வருதலையும் காண முடிகிறது. அண்மைக் காலமாகப் பேசப்படும் ஆணவக்கொலை என்கிற கயமை, முற்ற முழுக்க ஊரின் பேசப்படாத நிர்ப்பந்தம் காரணமாகவே நிகழ்கிறது .

கொஞ்சம் நம் வரலாற்றின் பக்கம் பார்த்து மீள்வோம். களவு மட்டுமே பெண் ஆண் வாழ்வாக இருந்தபோது, பெண்ணும் ஆணும் மகிழ்ச்சியாகவே இருந்தார்கள். அது கற்பாக, குடும்பமாக அமைக்கப் பட்டபோது, பெண் அச்சத்தில் உறைந்து போகிறாள். தலைவனின் காதல் ஒழுக்கத்தின் நேர்மை, காதல் குடும்பமாக அமையப் பெற வேண்டுமே என்கிற பெண்ணின் கவலையே பல சங்கப் பாடல்களாகி இருக்கின்றன. இது அரசியல். தனி நபர்கள் குடும்பமாகத் திரள வேண்டும்; குடும்பங்கள் ஊராக, நாடாகத் திரள வேண்டும்; இந்தத் திரட்சியே அரசாகப் பரிணாமம் பெற வேண்டும் என்பது அரசுக்கும் அரசியலுக்கும் அவசியம்.

சமூகம், ஆண் மையச் சமூகமாக இருந்தபோதிலும், குடும்பங்கள், பெண்ணை மையமாகக் கொண்டே அமைகின்றன. அவள் இல்லாள். இல்லம் என்பது ஒரு கூரை. அக்கூரையின் கீழே, பெரியோர், மூத்தவர், சகோதரர்கள், சகோதரிகள், சகோதர, சகோதரிகளின் துணைகள், அத் துணைகளின் பெற்றோர், சித்தப்பன்மார், சின்னம்மாக்கள், தமிழ்க்

குடும்பத்தின் முக்கிய அச்சாகத் தாய் மாமன்கள், அவர்களின் மனைவிமார், அண்மை மற்றும் தூரத்து உறவுகள் - என்று எல்லாம் சேர்ந்ததே ஒரு குடும்பம். இத்தனை உறவுகளையும் 'அன்பு' என்பது எப்போதும் பிணைத்துவைக்கும் என்பது ஒரு கற்பிதம். முடியாது என்பது யதார்த்தம். இந்த யதார்த்தம் செயல்பட்டு, உறவுகள் பிணக்கு கொண்டு, ஒருவரையொருவர் பகைத்துக் கொண்டு வாழ்கிற அல்லது வாழப் போராடுகிற 'பிரதேசமே' உமா மோகன் கதைகளின் உள்ளடக்கம்.

உமா மோகன் கதைகள் குடும்பக் கதைகள் அல்ல. குடும்பங்களின் கதைகள். அதாவது குடும்பத்தில் ஏதேனும் உறவை முன்னிட்டுத் தன்னைப் பொருத்திக் கொண்டு இருப்பவர்களாகிய மனிதர்களின் கதைகள்.

உறவுகள், அச்சம் காரணமாக இணைகின்றன. மனிதர்கள், உயிர் அபாயத்தை முன் வைத்தே சேர்ந்து வாழ்கிறார்கள். ஆனால், விதி செய்பவர்கள் அந்த இணைப்புக்கு அழகான பெயர் வைக்கிறார்கள். அன்பு, உறவு, சினேகம் என்றெல்லாம். மனிதர் பூர்வ வரலாறு இதுதான். சந்தர்ப்பம் நேரும்போது எல்லா உறவுகளும் அறுந்து, பட்டம் வானில் பறந்து மண்ணில் சரிகின்றன. உமா மோகனின் 'கஜி கஜி புடவை' கதையில் வருவது போல.

"பளபளவென்று இளம் சந்தன நிறத்தில் பச்சைப் பூக்கள் இறைந்த அந்தப் புடவை, எப்படி ஊரையே கொள்ளை அடித்தது... இன்று தண்ணீரில் போட்டதும் பச்சை கலங்கி இளம் சந்தனத்தில் இறைந்து... அதன் அழகும் கவர்ச்சியும் இவ்வளவுதானா..."

கதையில் வரும் வரிகள் இவை. இது புடவைக்குப் பொருந்தும் வரிகள். அதாவது புடவைக்கு மட்டும். இந்த வரிகளைக் கதையின் முதலில் வைத்தே கதையைத் தொடங்குகிறார் உமா மோகன். கதையின் நுவல்பொருள் அதுதான் என்பது வாசகர் உணரும்படியாகவே இருக்கிறது. வாசகர் தயார் மன நிலையிலேயே கதைக்குள் பிரவேசிக்கிறார்.

உமா மோகனின் இந்தத் தொகுப்பில் உள்ள 'இடம்', அவருடைய கதைக்கு வகை மாதிரி. கதையும் அதைச் சொன்ன விதமும், சொல்லாமல் விட்ட சங்கதிகளும் சேர்ந்து இந்தக் கதையை மேலெழச் செய்து விடுகின்றன. மிகவும் புத்தி தீட்சண்யம், சமர்ப்பண உணர்வு கொண்ட மங்களம், ஏன் 'ஹோம்' வாசியாக நேர்கிறது. அப்படித்தான் நேர்ந்துவிடுகிறது. குடும்பம் தன் கூடுகளுக்குள் பொருந்தாத

மனிதர்களைச் சாமர்த்தியமாக வெளியேற்றி விடுகிறது. குடும்பம், தன் உறுப்பினர்களுக்குச் சிறகு முளைப்பதை விரும்புவதில்லை. முளைத்தாலும், குடும்பக் கூட்டுக்குள் சிறகு பொருந்திவிட வேண்டும். இல்லையெனில், ஏதோ ஒரு வகையில் வெளியேற்றிவிடும். ஒரு 'ஹோமை' அற்புதமாக நிர்வாகம் செய்யும் ஆற்றல், ஏன் குடும்பத்துக்கு ஒவ்வாமல் போகிறது? அது அப்படித்தான்.

தலைப்புக் கதையான 'ராஜகுமாரி வீடு வழியில் இருந்தது' பல அர்த்த அடுக்குகளைக் கொண்ட கதையாக உருவம் கொண்டிருக்கிறது. பள்ளிக்கூடம், வீடு என்று இருக்கும் பெண்ணுக்குப் புதிய பிரதேசம் ஒன்று அறிமுகம் ஆகிறது. புது இடத்துக்கு அல்லது வாழ்வின் புதிய தளங்களுக்குப் பயணம் செய்யும் அல்லது புதிய அனுபவங்களுக்கு உள்ளாகும் பெண்ணின் மனோபாவம் அழுத்தமாகப் பதிவாகி இருக்கிறது. பெண்களின் உலகம் வீடு என்பது ஆண்களுக்கு ஆசுவாசம் தரும் ஏற்பாடே தவிர வேறில்லை. பாரதி, நிவேதிதாவைச் சந்தித்த போது, எங்கே உங்கள் மனைவி என்று கேட்டுள்ளார். "நாங்கள் பெண்களை பொது நிகழ்ச்சிகளுக்கு (அரசியல் விவகாரங்களுக்கு) அழைத்து வருவதில்லை" என்றதாக ஒரு நிகழ்ச்சி இருக்கிறது. பாரதி வருகை தந்தது அகில இந்திய காங்கிரஸ் மாநாட்டுக்கு. அதற்கு நிவேதிதா, "பாதி ஜனத்தொகையை அடுப்படியில் வைத்துக் கொண்டு, நீங்கள் சுதந்திரம் பெற்றுவிடுவீர்களா என்ன" என்பது போலக் கேட்டி ருக்கிறார்.

இதுவே இன்றை நிலை. புதிய நிலம், புதிய அறிவு, புதிய அனுபவம் என்று பரவ வேண்டிய பெண் அலையை முடக்கி வைத்துக் கொண்டி ருக்கும் உலகு, முழுமை அடைய முடியாது என்கிறார் உமா மோகன்.

இதை அவர் நேரிடையாகச் சொல்லவில்லை. சொல்லக் கூடாது. ஏன் என்றால் இது கதை. கதைகளுக்கு என்று மாறுதலாகச் சொல்முறை இருக்கவே செய்கிறது. கதையில் வரும் பெண்களின் பயணம், தேடுதலின் தொடக்கம்தான். பயம், மிரட்சி எல்லாம் இருக்கும்தான். அனைத்தையும் மீறியே அவர்கள், அவர்களை அறியாமலேயே ஒரு புதிய விழிப்புக்கு உள்ளாகிறார்கள். எல்லாப் பயணமும் முதல் அடியில் இருந்தே தொடங்குகிறது. அந்த வகையில் இது ஒரு நல்ல கதை.

இன்னொரு கதை 'சில்லுக்கட்டம்'. இதில் ராணி, எந்த நெருப்பையும் சிரிப்பால் கடந்து போகிற ராணி. எதையும் வெளிக் காட்டிக் கொள்ளாமல் தனக்குள் புதைத்துக் கொள்ளும் மனுஷி. எப்போதும் எதையாவது படித்துக் கொண்டிருக்கும் பெண்மணி. இவள்

கூட தனக்கென ஒரு கூரை அற்று, பொதுவெளிக்குள் வந்து சேர்கிறாள்.

ஒன்று தெரிகிறது. உனக்கு இது இடம், எனக்கு இது இடம், ஆணுக்கு இது, பெண்ணுக்கு இது என்றெல்லாம் வகுக்கப்பட்ட இடம், களம், எல்லாம் உடைகிறது. உடைவது ஏதோ ஒரு மாற்றம் கொள்கிறது. பழமைகள், அவற்றின் பிடிகள் இன்னும் இற்று விழுந்ததாக இல்லை. என்றாலும், புதியது என்கிற ஒன்று அரும்புகிறது.

உமா மோகனின் கதையில் பல அரும்புகள்.

ஒரு வகுப்பறை மாணவர்களின் எண்ணிக்கையில், குடும்பப் பாத்திரங்கள் அறிமுகம் ஆகிறார்கள், கதைகளில். அவர்கள் நெருக்கமான உறவினர்கள். ஆனால், அவர்கள் நெருக்கமாக இல்லை. தனியாக அவர்கள் உள்மனம் பேசும் என்றால், பகைச் சொல்லையே பேசும். என்றாலும் அவர்கள் உறவுகள். இந்தப் பொய்மைதான், காலாகாலத்துக்கும் கதைகளின் பேசு பொருளாக இருக்கிறது. இருக்கும். காணப்படும் மனிதர்கள் அல்ல, உணரப்படும் மனிதர்களையே கதைகள் பேச வேண்டும். உமா மோகன், அந்தப் பேச்சையே எழுதுகிறார்.

மனிதர்கள் பேச ஆசைப்படும் வார்த்தைகளையே பேச வேண்டும்; நடக்க விரும்பும் பாதையிலேயே நடக்க வேண்டும்; உணர விரும்பும் தளத்திலேயே உணரவும் உணரப்படவுமான வெளியை உமா மோகன் தேடுகிறார்.

இந்தக் கதைகள், கட்டற்ற அந்த வானவெளியைத் தேடுகின்றன.

வானம், பறப்பவர்களுக்குத் தொட்டுவிடும் தூரம்தான்.

வாசிக்கத் தக்க கதைகள்.

தோழமையுடன்,
பிரபஞ்சன்.
சென்னை.
16.12.17

ஒற்றை உப்புக் கல்

♦

மனித வாழ்வின் வசீகரங்களும் அபத்தங்களும் வடிக்க வடிக்கத் தீராதவை. கற்பனையைப் பரிகசிக்கும் வல்லமை மிக்கவை. எழுத்தை வடிவமாக்கிய நாளிலிருந்து அவற்றைப் பிரதி செய்யும் முயற்சியில் எத்தனை தலைமுறை முன்னோடிகள்?

விஸ்தீரணக் கடலை வியந்தபடியே, பாத்தியில் குவித்து பதமான உப்பு காய்ச்சி சுவையாய்ச் சுரண்டத் தெரியும் மனிதருக்கு. பிரம்மாண்ட கடலில் முகம் பார்க்கும் கதிரவனை அழைப்பதில் ஒற்றை உப்புக் கல்லும் சளைப்பதில்லை. நாமோ, நம் சொல்லோ அப்படி ஒரு உப்புக் கல்லாகி விடலாம் ஒரு நாள்.

சிறுகதை என்ற ரசமான வடிவம் அச்சுறுத்தவும் செய்யும். கச்சிதமாகக் கதை சொல்வது எல்லோருக்கும் வாய்ப்பதில்லை. வாசக மனத்தோடு நேசித்த இவ்வடிவத்தை நான் கைக்கொள்ளத் தூண்டிய, வாழ்த்திய, வழிகாட்டிய முன்னோடிகள் பலரின் கவனத்தையும் அன்பையும் கவிதைகளின் வழி பெற்றிருந்த நிறைவு உண்டு.

பாடுகளும், பயணங்களும் சொல்லித் தீரா சமூகத்தில் பிறந்திருக்கிறோம். உணர்வுகளின் ஆதிக்கமே நம் வாழ்வு. கேட்ட, பார்த்த, பதிந்த தருணங்களை எழுத்தில் பதியும் முயற்சிகள்தான் என் கதைகள். இல்லை, அவை நம் கதைகள்.

சிறுகதைப் பயணத்தில் என்னை ஊக்குவித்த, வாழ்த்திய ஆளுமைகள், இரா.மீனாட்சி, பிரபஞ்சன், ச.தமிழ்ச்செல்வன் ஆகியோருக்கு என் வணக்கம்.

தூண்டிய, கைகுலுக்கிய தோழமைகள், PNS பாண்டியன், அகநாழிகை பொன். வாசுதேவன், ம. வான்மதி, அமிர்தம் சூர்யா, சோழ. நாகராஜன், தோழர் ராம்கோபால், கலைச்செல்வி கரிகாலன், சாந்தா தத் உள்ளிட்டோருக்கு என் அன்பு.

அக்கறையுடன் தொடர்ந்து வாசித்து நல்வாழ்த்துக்களை அளித்திருக்கும் **பிரபஞ்சன்,**

இச்சிறுகதைகளைத் தொகுப்பாக்கும் **டிஸ்கவரி புக் பேலஸ் மு. வேடியப்பன்,**

அழகுற வடிவமைத்தளிக்கும் தம்பி **ஸ்ரீபதி பத்மநாபா,**

என்னோடு அன்பு கொண்டவண்ணமே தனது படங்களால் என் படைப்புகளோடு உறவாடும் **ராஜி சுவாமிநாதன்,**

என் படைப்புகளுக்குப் பாதையளிக்கும் குடும்பத்தினர், இவர்களின் அன்பே இத்தொகுப்பு.

இன்னும் இன்னும் மேம்பட எழுதக் காலமும் உங்கள் கவனமும் என்னை அனுமதிக்கட்டும்.

தோழமையுடன்
உமா மோகன்

இடம்

"என்னப்பா இது... கொத்தமல்லிக்கட்டை, கீரைக்கட்டு மாதிரி வெச்சிருக்கே... கீரைய கொத்தமல்லி சைசில கட்டி வெச்சிருக்கே..."

நான் கண்டுபிடித்துவிட்டேன்...

மங்களம்தான் அது...

நான் மட்டுமில்லை... மங்களத்தை ஒருமுறை பார்த்திருந்தால், நீங்கள் கூடக் கண்டுபிடித்துவிடுவீர்கள்.

பித்தளைத் தாம்பாளத்தில் கரண்டியால் தட்டுகிற மாதிரி குரல்...

செவ்வாய்ப் பிள்ளையார் கும்பிடும்போது, யாருக்கும் வெளியில் கேட்டுவிடாதபடி, கதை முடிவுக்கு பாட்டி தாம்பாளத்தில் வலிக்காமல் தட்டு வாளே...

அதுவல்ல!

பொங்கலுக்குக் கொட்டுகிற மாதிரி...

"அடடே... நீங்களா... நல்லாருக்கீங்களா..."

தன்னைப் பற்றித்தான் நினைத்துக் கொண்டிருக்கிறாள் என்று தெரியாமல் என் மேலும் ஒரு பொங்கல் கொட்டு....

"ஹ... வாங்க மங்களம்... என்ன இன்னிக்கு மதர் வரலியா"

"இல்லங்க, மதருக்கு பாங்க்ல கொஞ்சம் வேலையிருந்தது. வெட்டியா, பராக்கு பாத்துகிட்டுதான் அங்க உக்காந்து கெடக்கணும்... அதான் நானே மார்க் கெட் வேலைய முடிச்சுட்டு வர்றேன்னு கேட்டேன்... மதரும் சரின்னுட்டாங்க"

"வாங்கி முடிச்சிட்டீங்களா... நா வேணா ஹெல்ப் பண்ணவா..."

"காய் வாங்க ஹெல்ப்பா... ஹஹ... தோ, தக்காளியும் முட்டையும் வாங் கிட்டா முடிஞ்சது"

பொங்கல் கொட்டுக்குள் இப்போது, தனியாக கடைக்குப் போக அனுமதிக்கப்பட்ட குழந்தையாக குதூகலமும் சேர்ந்துவிட்டிருந்தது!

“காக்கிலோ கறுப்புப்புளி... மஞ்சத்தூளுடா” என எப்போதோ பார்த்த தொலைக்காட்சி விளம்பரத்தில் ஓடும் சிறுவனுக்குப் பதிலாக, மங்களம் “ஆறு கிலோ தக்காளி.... உர்ளக்கெழங்குடா” எனத் தலையாட்டி ஓடுவதுபோல் மனசு விரிய... இதழும் சேர்ந்து விரிந்துவிட்டது.

தனக்கான விடைபெறலாக அதை எடுத்துக்கொண்டு, பொங்கல் கொட்டு நிறுத்தின கடைசித் தட்டின் எதிரொலிபோல ஒரு சிரிப்பைத் தந்துவிட்டு நகர்ந் தாள் மங்களம்.

“நா அந்த எதிரொலியக் கேட்டேனே...” யாரிடமாவது குதிக்கத்தான் தோன்றும்.

ஆனால், அப்படியெல்லாம் செய்யாமல், வாகனத்தோடு மயிலேறிய பெருமாளாக அங்காடியின் வெளியே நின்றிருந்த கணவரிடம் பையை நீட்டிய படியே “மங்களத்த பாத்தேங்க” என்றேன் .

“ம்... ம்.... மொதல்ல வண்டில ஏறு... பின்னால ஹார்ன் அடிக்க ஆரம்பிச் சிட்டாங்க”

கொஞ்சம் எரிச்சலாக இருந்தது. நாம் ஒரு வேகத்தில் செய்தி சொல்லும் போது என்ன ஒரு எதிர்வினை.... இருங்க நீங்க ஏதாச்சும் சொல்லும்போது.... மனதுக்குள் கருவிக் கொண்டிருந்தேன்.

மார்க்கெட் தெரு கடந்ததும் அவராகவே ஆரம்பித்தார் “ஹோமுக்குக் காய் வாங்க வந்திருந்தாங்களா “

எரிச்சல் வடிந்து மன்னித்துவிட்டேன்.

“ம்.. ஆமா” என்றேன் மகிழ்வோடு....

“மங்களமா.... நம்ப பழைய வேலைக்காரியா” என்றோ “மாங்குடிலேருந்து ஸ்கூல் வருவான்னு சொல்வியே அந்த பிரண்டா” என்றோ கேட்டிருந்தால் எரிச்சல், ஏமாற்றம் ஏதாவதுதான் காட்டியிருப்பேன்.

அவர் பார்த்தேயிராத, எனக்கு மட்டுமே தெரிந்த மங்களத்தைக் குறிப்பாக உணர்ந்துகொண்டதுதான் மகிழ்ச்சி .

உள்ளூர் தொலைக்காட்சி நிகழ்ச்சி ஒன்றைப் பதிவு செய்ய மைக்கேல் அழைத்திருந்தார். நேர்முகம் காண, தொகுத்து வழங்க அவ்வப்போது அழைப் பார்கள்.

“மனநலமில்லாதவங்களைப் பராமரிக்கிற ஹோம் அது. ஏரிக்கரையில் கொஞ்சம் தள்ளி ஒரு வெள்ளைக் கட்டிடம் இருக்கு. அங்க நேரா வந்துடுங்க”

போய் வாகனத்தை நிறுத்தியபோது, மைக்கேல் குழுவினர் புடைசூழ

பரபரப்பாக "கேமரா செட் பண்ணிருங்க... இந்த சைட் லைட்டிங் போதுமா" என ஓடிக்கொண்டிருந்தார்.

என் தலையைப் பார்த்ததும், "மேடம், வந்துட்டீங்களா... மதர் கூடக் கொஞ்சம் டிஸ்கஸ் பண்ணிருங்க..." எனச் சொல்லி நகர்ந்துவிட்டார்.

திரைச்சீலை அசையும் மூன்று அறைகளில் எங்கிருக்கிறார் அந்த மதர் எனக் குழம்பி நின்றிருந்தபோதுதான் அந்தப் பொங்கல் கொட்டு அடித்தது.

"மதரப் பாக்கணுமா... வாங்க..."

கணீர் குரலுக்கேற்ற கம்பீர உருவம் நடக்க தொடர்ந்தேன்.

நல்ல வேளை.... அந்த மூன்றுமல்லாத வராண்டா தாண்டிய அறையில் இருந்தார் மதர்.

"மதர்... இவங்கதான் பேட்டி எடுக்கப் போறாங்க..."

"வாங்கம்மா... உக்காருங்க ... அந்த சேர் வேணாம்..."

"இல்ல மதர்... நொடிக்கிற சேர் எடுத்தாச்சு... இதுல உக்காரலாம்"

"மங்களம்.. இவங்களுக்கு.."

"டீ போடச் சொல்லியிருக்கு மதர். தோ எடுத்துட்டு வரேன்"

"டீ குடிப்பீங்கள்ள..." இது என்னிடம்.

புன்னகையைப் பதிலாக்கிவிட்டு மதரோடு பேசத் தயாரானேன்.

மனநலன் குன்றியவர்கள் பராமரிப்பு, பிரச்னைகள், சிக்கல்கள், மருத்துவம் எனக் கேள்விகளும் காட்சிகளுமாய் படப்பிடிப்பு ஓடிக் கொண்டிருந்தது.

ஒரு இடைவெளியில் மதர் "மங்களம்" எனக் குரலெழுப்ப "அங்க கூட்டிட்டுப் போயிறலாம் மதர்" என்று பதில் வந்தது.

அழைக்கும்போது "ஏன் மதர்..." "தோ வந்திட்டேன் மதர்" என்று பதில் சொல்லாமல், தேவையறிந்து விடைசொல்லும் நல்ல உதவியாள்தான்... டிரெயினிங்கா இருக்கும்... என நினைத்தவாறே பின்தொடர்ந்தேன்.

மற்ற சில உதவியாளர்கள் போல சிலுவைச் சங்கிலியோ, சீருடையோ இல்லாமல் வட்டப் பொட்டும் பூப்போட்ட சேலையுமாகப் பரிமாறிக் கொண் டிருந்தாள்.

அப்போதுதான் அந்தப் பேச்சுக்கு, குரலுக்கு, பொங்கல் கொட்டுத் தாம்பாளக் கவர்ச்சியை ஒப்பிடத் தோன்றியது. அது எனக்கு மிகப் பிடிக்கும்.

சிலரிடம் பேசவே தோன்றாது. வலிய வந்து பேச்சுக் கொடுத்தாலும் எப்போடா நகரலாம் என்றிருக்கும். சிலரிடம் ஏதாவது பேசலாமே என ஆசை

வரும்.

"டவுன்லேருந்து தூரமாயிருக்கே... இங்க எப்பிடி. .பஸ்ல வருவீங்களா இல்ல வண்டியா?"

மின்னல் கீற்று மாதிரிப் புன்னகைத்தபடி "நா இங்கேதான் இருக்கேன்" என ரசவாளியோடு நகர்ந்தபோது எனக்கு ஏனோ ஏமாற்றமாக இருந்தது.

இப்படி ஒருத்தி இங்கென்ன செய்கிறாள்?

பாவம்.. ஆதரவில்லாதவளா...

மனசு முரண்டியது... அங்கேயோ பாத்திரம் ஒழிப்பது பற்றிய குறிப்புகளோடு மங்களத்தின் பொங்கல் தாம்பாளக் கொட்டு உரையாடல் தேய்ந்தும், அருகிலுமாக ஒலித்துக் கொண்டிருந்தது.

இது அதட்டல், உருட்டல் இல்லை.... கம்பீரம்!

ஒரு வீட்டில் இந்த கம்பீரம் குடியிருக்க வேண்டும்.... இவளுக்கான இடம். .இவள் சொல்... இவள் கனிவு... அந்தக் குறிப்பறிதல்...

முதலில் ஆதரவில்லாமல் வந்திருந்தாலும், இவர்கள் நினைத்திருந்தால் மங்களத்துக்கும் கணவன், குழந்தை என்று பிணைப்பு கிடைத்திருக்கலாம்... அப்படி நடந்திருந்தால்... அந்தவீடு அற்புதமாக இருந்திருக்கும்.

அதற்கு மேல் யோசிக்க இடங்கொடாமல் இழுத்தது மதியப் பதிவு!

"மங்களம்..."

"அவங்கல்லாம் சாப்டாச்சு மதர்"

"மங்களம்..."

"ராஜாவ வரச் சொல்லியிருக்கேன் மதர் "

கவனித்து ரசித்தபடியே வேலையைத் தொடர்ந்து கொண்டிருந்தேன்.

"இவங்கல்லாம் எப்பிடி இங்க வர்றாங்க மதர்"

"சில பேரு... சொந்தக்காரங்களே கொண்டுவந்து விடுவாங்கம்மா... சில சமயம் யாராவது இரக்கப்பட்டு ஏற்பாடு பண்ணி அனுப்பி வைக்கிறாங்க"

"குணமானவங்க.."

"பெரும்பாலும் சொந்தக்காரங்க வந்து அழைச்சிட்டுப் போயிடுவாங்க... முடியாதவங்கள எங்க அமைப்போட முதியோர் இல்லத்துக்கும் அனுப்பியிருக்கோம்"

சற்றே குணமானவர்களை மட்டும் தூரத்திலிருந்து அவர்கள் நடவடிக்கையை முகம் காட்டாமல் பதிவு செய்தோம். சிகிச்சையில் இருப்பவர்கள்

உள்ள இடங்களை எடுக்க வேண்டாம் என முடிவாயிற்று.

பதிவு முடிந்தது.

“மங்களம்”

“டீ ரெடி பண்றேன் மதர்”

மைக்கேல் குழுவினரோடு புறப்படுவதில் மும்முரமாயிருக்க மதரும் நானும் மட்டும்....

"இவங்க எப்பிடி மதர் இங்கே.."

காலையிலிருந்து உரையாடியதில் ஏற்பட்டிருந்த நெருக்கத்தின் தைரியம் மங்களத்துக்கு முடிந்தால் ஒரு கூடு தரும் எண்ணத்தை மதரிடம் ஏற்படுத்தி விடலாம் என உள்ளே ஓடிக் கொண்டிருந்தது.

“மங்களமா ...அவளும் இங்க பேஷண்டாதான் வந்தா”

“மதர்....”

அதிர்ச்சியை அவர் சரியான விகிதத்தில் புரிந்துகொண்டார். அவருக்கும் ஒரு சிநேக இழை விழுந்திருந்தது என்னிடம்.

தென்மாவட்டச் சிறுநகர் ஒன்றிலிருந்து ஆறுவருடங்களுக்கு முன் ஒரு எளிய மனிதன் தன் மனைவி எனக் கொண்டுவந்து சேர்த்தவளே மங்களம்.

“விபத்தால பாதிக்கப்பட்ட இவளையும் பாத்துகிட்டு, வேலைக்குப் போய் ரெண்டு பசங்களையும் ஆளாக்க தன்னால முடியல... மேற்கொண்டு வைத் தியத்துக்கோ, பராமரிப்புக்கோ தனக்கு சக்தியில்லன்னு அழுத அவன் முகம் கூட எனக்கு நல்லா நினைவிருக்கு.”

“இப்போ இவங்களுக்கு சரியாயிட்டுதானே... அவங்க வீட்டுக்கு சொல்லி யிருக்கலாமே..”

“எல்லாருக்கும் செய்றமாதிரி, இனி இவங்களுக்கு பிரச்னையில்லன்னு தெரிஞ்சதும் அவங்க வீட்டுக்கு லெட்டர் போட்டோம். அப்பிடி யாருமில் லேன்னு திரும்பி வந்திடுச்சி. முகவரியே தப்பு. சேர்த்த பேப்பரப் பார்த்தா... பேரு உள்பட மாத்திக் கொடுத்திருக்கான் அந்த மனுஷன்... இவ பேரு காமாட்சியாம்... .அவன் சொன்னத வெச்சு நாங்க மங்களம்னு கூப்பிட்டுகிட்டு இருந்தோம்....”

“இவங்களுக்குதான் நல்லாயிருச்சே... தன் ஊரு, மனுஷங்க தேடிப் பாக்கலாமே...”

“அதுவும் சொன்னேன். வேணும்னா உதவிக்கு யாரையாச்சும் அனுப் பறேன் போய்ப்பாருன்னு சொன்னேன்.

என்ன சொன்னாங்க...

லெட்டர் திரும்பின பிறகுதான் இதெல்லாம் புரிஞ்சது. ரெண்டுநாள் அவ யார்கூடவும் பேசவே இல்ல... வந்தப்பையும் அப்பிடிதான் இருப்பா.... நாகூட திரும்ப எதோ சிக்கலாயிட்டோன்னு பயந்தேன். மூணாவது நாள் என்கிட்டே வந்து, நா எப்பவும் புத்தி சரியில்லாம பாரமாதான் இருக்கப் போறேன்னுதான் காமாட்சி வேணாம்னு முடிவு பண்ணிட்டாங்க.... அவங்க எங்கேயோ சவுக்கியமா இருக்கட்டும் திரும்ப ஏன் பயமுறுத்தனும். அதுதான்... நா மங்களமாவே உங்ககூட இருக்கலாமா மதர்னு கேட்டா.."

நேர்க்கோடு போலவே எல்லா செய்திகளையும் சுமந்துவந்த அவர் குரலும் சற்றே துயரத்தில் நடுங்கியது.

"ஒரு தேவதைய யாராவது போகச் சொல்லுவாங்களான்னு சொன்னேன்.. ரெண்டு வருஷமாச்சு..."

"இந்த கம்பீரம், இந்த நேர்த்தி இதெல்லாம் வேணாம்னு ஒருத்தர் முடிவு பண்ண முடியுமா மதர்.."

"பஞ்சு கூட சிலநேரம் கனம்தாம்மா"

இப்படி ஒரு திருப்புமுனையுடன் கூடிய சுவாரஸ்யத்தை மைக்கேலின் நிகழ்ச்சிக்குத் தருவதை மதர் தவிர்த்ததில் என் பங்கு எப்போது நினைத்தாலும் திருப்திதான்!

இந்த சிறுநகரில் மதர் சென்று வரும் வங்கி, அலுவலகம், கூட்டம், அங்காடி எல்லா இடங்களிலும் இருப்பவர்களுக்கு இப்போது மதர் போலவே மங்களமும் பரிச்சயம்தான்.

காமாட்சியைத்தான் யாருக்கும் தெரியாது.

எனக்கு காமாட்சியைத் தெரியுமென்பது மங்களத்துக்கும் தெரியாது!

இறுக்கிய முடிச்சு

◆

"எட்டுக்கல்லு தோடு எங்க... எண்ண எடுக்க குடுத்திருக்கியா"

சவுந்தரம் நியாயமாக இதற்கு, "ஏழு கல்லா எட்டு கல்லான்னு தெரியாட்டியும் அதிகாரத்துக்கொண்ணும் கொறச்ச இல்ல" என்றுதான் பதில் சொல்லியிருக்க வேண்டும். என்னவோ காதில் விழாதது மாதிரி நகர்ந்து விட்டாள்.

"பாகப்பிரிவின தோட்ட எடுத்து லாத்தியிருக்குற பெரும... பேசக்கூட முடியல போலருக்கு" புடைத்துக் கொண்டிருந்த சத்தத்தில் திட்டுவது கேட் காமல் போய்விடக்கூடாதே என்ற அக்கறையில் புடைப்பதை நிறுத்திவிட்டு சொன்னாள் மாமி.

ஒன்றும் பலனில்லை. ராசம்மா வரவில்லை என்பதால் வேலைப்பளுவில் சண்டை வேண்டாம் என்று நகர்கிறாள் போல.

காலை பலகாரக்கடை பாதி, சமையல் பாதி என்று கிடக்கும்போது, உள்ள பாத்திரத்தைக் கழுவிக் கவிழ்த்துவிட்டு, துணி துவைத்துவிட்டு கிளம்புவாள் ராசம்மா. மீண்டும் மாலை காப்பிக்கடை திறக்கும் நேரம் வருவாள். கிடக்கும் பாத்திரத்தைக் கழுவிப் போட்டுவிட்டு, மாவரைக்கச் சொன்னால் அரைத்துக் கொடுப்பாள். காப்பி தம்ளர் கைக்கு வந்ததுமே அவளுக்கு எங்கெங்கு வேலை பாக்கி இருக்கிறது என்பதெல்லாம் நினைவுக்கு வந்துவிடும். அதற்குமேல் கால் நிற்காது. சவுந்திரமும் முடிந்தவரை சாமர்த்தியமாக, வேலையெல்லாம் ஆகிற வரை காப்பித் தம்ளரை வெளியே கொண்டுவரமாட்டாள். இங்கு விட்டால் வேறெங்கும் காப்பி கிடைக்காது என்பதால் அதுவரை வேலை நடக்கும்.

வீட்டோடு சின்ன பெட்டிக்கடை இருந்ததால் வேலைக்காரிக்கு தேவை இருக்கிறது என அரும்பாடுபட்டு சவுந்தரம் செய்த ஏற்பாடு அது.

இவர்கள் வீடு தவிர, பத்தர் வீடு, பத்தரின் ஒன்றுவிட்ட தம்பியான வாத்தியார் வீடு என ராசம்மாவின் சேவையை நிரந்தரமாக எதிர்பார்க்கும் வீடு களும், நெல் அவிப்பது, மிஷினுக்குப் போவது போன்ற சில வேலைகளுக்காக மட்டும் எதிர்பார்க்கும் வீடுகளும் அந்த சிற்றூரில் அடக்கம்.

இவர்களை நம்பி பூக்கடையில் முழு நேர வேலையாளாக இருந்த கணவனை பகுதி நேரமாக்கி விட்டதாகவும் சொல்லிவைத்திருந்தாள். மல்லியோ, முல்லையோ, செவ்வந்தியோ, சைக்கிளில் கட்டிக்கொண்டு சுற்றுப் பட்ட பகுதிகளில் கூவித் திரும்புதல் போக மற்ற நேரம் வேலைக்குப் போவான். வாங்கி வைத்த பூவைக் கட்டியபடி சாயந்தரமானால் மாரியம்மன் கோயில் வாசலில் ஒரு சாக்கை விரித்துக்கொண்டு உட்கார்ந்துவிடுவாள். பள்ளி செல் லாமல் நிறுத்திவிட்ட மூத்தமகள் பவானி ராசம்மாவுக்கு கையாள். இன்னும் இரண்டு பிள்ளைகளும் உண்டு.

சவுந்தரம் வீட்டுவேலைக்கு ஆளெல்லாம் வைத்தது மாமியாருக்கு சுத்த மாகப் பிடிக்கவில்லை.

"என்னா... நாம செய்யாத வேலைய இவளுங்க செய்யிறாளுங்க... ஆறு புள்ளப்பேறு... ரெண்டு நாத்தனா... ஓப்பிடியா... மாமன் மச்சினன் கொளுந்தன்னு எவ்வுளோ பேருக்கு அமுசடக்கி புள்ளகுட்டி வளத்து... எல்லாம் செய்யில... ஆளாவது... தேளாவது... புள்ள பெத்த அஞ்சா நாளு பத்துபேருக்கு ஆக்கி வடிச்சு.... ம்ஹும்... என்னாமோ நாலு பேருக்கு ஆக்கி அரிக்கறது பெரிய்ய்ய வேலன்னு... ஆளுவெச்சு வாழுது... என்னா... நாஞ்சொல்றது ஒனக்குக் கேக்குதா இல்லியா..."

தலையை பேச்சைக் கேட்டு ஆட்டுகிறாளா அல்லது வெற்றிலை இடிக்க ஏற்றபடி ஆட்டுகிறாளா என்பது புரியாதபடி ஆடிக்கொண்டேயிருக்கும் பக் கத்து வீட்டு மாரிக்கிழவியின் தலை. கிழவியிடம் சொல்வது முக்கியமில்லை... அது சாக்கில் மருமகளை ஏசவும் முடிந்தால் சீண்டி அவள் வாயைப் பிடுங்க வும் இது ஒரு சாக்கு.

தேவையில்லாமல் மருமகள், காபி, இட்டிலி, மாத சம்பளம் என்று ராசம்மா வுக்கு வாரிவிடுவதாக எரிச்சல். முடிந்தவரை வேலையைக் கறக்க வேண்டு மென்பதும், முடிந்தபோதெல்லாம் திட்டிவிட வேண்டுமென்பதும் மாமியாரின் கொள்கை.

இன்று நெல் அரைத்துவந்து புடைக்கவேண்டிய நாளில், தன் கண்ணில் மண்ணைத் தூவிவிட்டு கிளம்பிவிட்டாளே என்று எரிச்சலாக இருந்தது. ஒரு வேளை, பேச்சுக் கொடுத்தால் தவிடு புடைக்க விட்டுவிடுவோம் என்று சவுந் திரம் எச்சரிக்கையாக விலகிப் போகிறாளோ !

அன்று மாலை கொஞ்சம் பதட்டமாகிவிட்டது. மழைக்கு முன் நெல் அவித்து அரைத்துவிட வேண்டுமென தொட்டி நிறைய நெல் ஊறிக் கொண்டி ருந்தது. திடீரென்று மாலையில் வானம் இருட்டுவது போலிருந்தது. அவசரம் அவசரமாக நெல்பானையை ஏற்றிக்கொண்டிருக்கையில் ராசம்மா வந்தாள்.

உள்ளே போனாள். போய்விட்டாள்.

கொக்குக்கு ஒன்றே மதிதான் கிழவியின் வேலை. நெல்லவிக்கும் அடுப்பு தூறல் விழுந்தாலே நனையும். பாதுகாப்பாக அந்த வேலையை முடிப்பது தவிர வேறு ஒன்றும் தோன்றவில்லை.

அவசர அவசரமாக அவித்த நெல்லை தாழ்வாரத்தில் ஓலைப்பாயை விரித்து கொட்டித் துழாவி முடித்தபோது முதுகெல்லாம் விண்விண்....

கட்டையைச் சாய்த்தபோதுதான் திடீரென நினைவுக்கு வந்தது. பட்டென்று எழுந்து உட்கார்ந்து

"ஏ சவுந்தரம்... இந்த ராசம்மா சாங்காலம் எங்க வந்துட்டுப் போனா..."

புரண்டு படுத்தவாறே, "அவுங்க சொந்தக்காரங்க வீட்டுல பொண்ணு வயசுக்கு வந்துருச்சாம். தலைக்கு ஊத்த நாளக்கி போறாளாம் மஞ்சக்கொல்ல. நாவப்பட்னத்துக்கு... வேலக்கி வரமாட்டேன்னு சொல்ல வந்தா" சொல்லி விட்டு போர்வையை இழுத்துவிட்டுக் கொண்டாள் .

"அவ போனா... அவ மவ... அந்த பவானி குட்டியவாச்சிம் வர சொல்லலாம்ல... சொளையா இருவது ரூவா சம்பளம்... அங்க போறா இங்க போறான்னு கத சொல்லியிட்டுருக்கா..."

மருமகளிடமிருந்து எதிர்க்குரல் வராமல் போகவே உறங்கியாயிற்று .

ஒரு நாள் வரமாட்டாள் எனச் சொல்லப்பட்ட ராசம்மாவை இரண்டு நாளாகியும் காணவில்லை. "சும்மா நாள்ல வந்து லாத்திகிட்டு நாலு சட்டிய கழுவி கவுத்துட்டு போவ நாளக்கி வந்து நிப்பா... லீவுன்னு வரும்போதே பல்ல காட்டியிட்டு கத பேசாம கடுமையா சொல்லத் துப்பு இல்ல... வரட்டும் பேசிக்கிறேன்..."

உமி, தவிடு சலித்து, புடைத்து ஓய்ந்த எரிச்சலில் புலம்பிக் கொண்டிருந்த போதுதான் பத்தர்வீட்டு சின்ன பையன் சைக்கிளில் குரங்குபெடல் போட்டவாறு வந்து இறங்கினான்.

"பவானியம்மா வேலக்கி வந்துருக்கான்னு எங்கம்மா பாத்துட்டு வர சொன்னாங்க.."

"அவ உங்கூட்டுக்குதான மொதல்ல வருவா... சைக்கிளு எங்க எடுத்த..."

"இது எங்கண்ணன் சைக்கிளு... பவானியம்மா இங்க வரலியா"

"அதத்தானடா சொன்னன்... போ... போயி உங்கூட்டுக்கு அடுத்த தெருவு தான அவுங்க வூடு... அங்க போயிப்பாரு"

"அங்க யாரும் இல்ல.."

"அங்க இல்லன்னா உங்க சின்னாத்தா வூட்ல பாரு.."

“இல்ல அவ்வா... அங்கியும் வரலியாம்”

“வரலன்னா... விருந்தாடி போன எடத்துலயே சீராடுறா போலருக்கு. மறிச்சி மறிச்சி என்கிட்டே கேளுன்னு சொன்னாளா உங்கம்மா..”

இதுவரை நடப்பது எதுவும் தனக்குத் தெரியாது போல எங்கோ பதுங்கி யிருந்த சவுந்திரம் இதற்குமேல் சும்மா இருந்தால் சரிவராது என வேகமாக வந்து “டேய் குமாரு... நீ போடா... இங்க வரலன்னு சொல்லு...” என்றாள்.

அவன் விழித்தபடி நிற்க... 'டேய்...ஓட்றான்னா... இங்க என்ன அவள பூட்டியா வெச்சிருக்கு” கிழவி பாய்ந்தாள்.

அவனைப் போய்விடும்படி சாடை காட்டிவிட்டு சவுந்திரம் மீண்டும் உள்ளே போய்விட்டாள்.

வேறு யாரும் இங்கு வருவதற்கு முன், வேலையை முடித்துவிட்டு தற் செயலாகப் போவதுபோல் போய் விசாரித்துவிட்டு வரவேண்டும் என அவசர மாகக் கொல்லையைக் கூட்டிக் கொண்டிருக்கையில் பூக்கடை கலியமூர்த்தி தான் வந்து காரியத்தைக் கெடுத்தான்.

“அவ்வா... அந்த பெருமாள் பய ஓடிப்போயிட்டான் தெரியும்ல”

“யார்ராது பெருமாளு”

ராசம்மாவின் கணவன் பெயர் பெருமாள் என்பது தெரியும்தான் என் றாலும் ஏனோ தோன்றவில்லை அது அவனாகத்தான் இருக்குமென்று.

விசேஷத்துக்கு முறை செய்ய வேண்டி ஐந்நூறு ரூபாய் முன்பணம் கேட்டானாம். தனக்கு அவ்வளவு வசதிப்படாதென கலியமூர்த்தி மறுக்கவும், அவன் வழக்கமாக தண்டல் வாங்குபவரிடம் ஜாமீன் சொல்லி வாங்கிக் கொடுக்க வேண்டினானாம்.

“பொடுபொடுன்னு சொன்ன வேல தப்பாம செய்வானேன்னு வாங்கிக் குடுத்தேன் அவ்வா”

அழுகையும் கோபமுமாகத் தளும்பிக் கொண்டிருந்தான் கலியமூர்த்தி.

“நல்லாத் தெரியுமா... ஓடிப்போயிட்டான்னு எப்பிடிரா சொல்ற “

ஒரே நாளில் திரும்புவதாகச் சொன்னவன், இரண்டு நாளாகியும் வராத தால் கடைக்குப் போகுமுன் அவர்கள் வீட்டுப்பக்கம் போனானாம். மாரியம் மன் கோயில் திடல் புறம்போக்கில் கீற்றுத் தட்டி குடிசை. தட்டிக்கதவு காற்றி லாட தள்ளிப்பார்த்தால், தட்டுமுட்டு சாமான் கூட இல்லையாம். அவன் புலம் பிக் கொண்டிருக்கும்போதே ஒவ்வொருவராக வந்து சேர்ந்துவிட்டார்கள்.

பத்தர் வீட்டில் வாங்கிவரச் சொன்னார்கள் என்று ரங்கூன் கடைக்காரர்

வீட்டில் ஆறு சேலையாம். அவ்வப்போது இப்படி கொடுத்துவிடுவது வழக்கம் என்பதால், ராசம்மா நான்கு கேட்டபோது தேர்ந்தெடுக்கத் தோதாக ஆறு கொடுத்தாராம் ரங்கூன் கடைக்காரர். டாக்டர் வீட்டில் சலவைக்குப் போட்டி ருந்த நான்கு பட்டுப் புடவைகளையும் பொறுப்பாகக் கேட்டு வாங்கிப் போயி ருக்கிறாள். இவர்களை இதற்குமேல் எதுவும் பேச விட்டால் தன் தலைக்கு ஆபத்து வருமெனத் தோன்றியது சவுந்திரத்துக்கு. இருந்தாலும் கிழவி கெட்டி.

"அதெப்புடி ஒவ்வொர்த்தரையா ஏமாத்தியிருக்கா... நம்மூடு மட்டுந்தான் தப்பிச்சுது போல..."

பதிலே சொல்லாமல் துணியைப் பிழிந்து கொண்டிருந்தாள் சவுந்திரம்.

வீட்டில் வரவு செலவு நிர்வாகம் முழுக்க மாமியார்தான். சவுந்திரத்தின் கணவன் திருப்பூரில் வேலை பார்த்து அனுப்பும் பணம், சொற்ப நிலத்தின் விவசாயம், கடை வரவு செலவு எல்லாவற்றையும் பார்த்துக்கொண்டு இன்னும் கல்லாப் பெட்டியைக் கைவிடாமல் இருக்கிறாள். சவுந்திரத்தின் தாய் வீட்டுப் பொருளாதாரம் தேய்மானம் ஆகிக்கொண்டே போக இங்கே பிடி இறுகிக் கொண்டே இருந்தது.

கிழவி அவ்வளவு மோசமில்லை. கருக்கு நெல்லாவது கொடுத்து விடு வாள் கஷ்டம் என்று காதில் விழுந்தால். ஆனால் அதை அவள் பார்த்துச் செய்யவேண்டும். ஊரில் ஒருவரும் ஒரு காசு வாங்கிவிட முடியாது. கடைக்கு வரவேயில்லை என்றாலும் பரவாயில்லை, கடன்தர மாட்டேன் என்று விடுவாள். இந்த வேலைக்காரி அமர்த்திய முடிவிலும், அடிக்கடி மருமகளுக்கு உடம்புக்கு முடியாமல் போவதால் மன்னித்து ஒத்துக் கொண்டு விட்டதாக மாரிக் கிழவியிடம் சொல்லி சொல்லித் தன் ஆளுமையை நிலைநாட்டிக் கொள்வாள்.

"ஏ சவுந்திரம்.... என்னா நாம்பாட்டுக்கு கேட்டுக்கிட்டுருக்கேன்... நீ பாட் டுக்கு பதிலே சொல்லாமப் போறே"

"என்னா சொல்லணும்"

"நம்மூட்ல ஏதாச்சும் பத்திருவது லவுட்டிக்கிட்டு போய்ட்டாளான்னு கேட் டேன்"

"ஒங்ககிட்ட வாங்கியிருந்தாதான் உண்டு... எங்கிட்ட என்னா இருக்கு... சட்டியில இருந்தாதான ஆப்பையில வர்றதுக்கு"

"ம்... போறும் போறும்... இந்த சட்டிக்கு இருக்குறது போறும். போயி வேலையப் பாரு"

கட்டிக் கொண்டாள்.

எட்டிப்பார்த்தாள். கிழவி பலகையைத் தலைக்கு வைத்துக் கொண்டு சற்றே அயர்ந்திருந்தாள். இந்நேரம் கடைக்கும் ஒருவரும் வர மாட்டார்கள்.

"மாமீ... பத்தர் வூடு வரைக்கும் ஒரு எட்டு போயி சாரிச்சிட்டு வாரேன்"

பதிலை எதிர்பாராமல் இறங்கி நடந்துவிட்டாள்.

நெஞ்சு அடித்துக்கொண்ட வேகத்தில் தெறித்து வெளியே வந்துவிடும் போல் இருந்தது.

என்ன தைரியத்தில் இதைச் செய்தேன்,....

எப்படிச் சமாளிக்கப் போகிறேன்...

கட்டைல போறவ... இப்பிடிச் செய்வான்னு கொஞ்சங்கூடத் தோணலியே... கூடப் பொறந்தவ மாறி நெனச்சிதானே பேசுனேன்... பழகுனேன்... இந்த வீட்ல என் கதி என்னான்னு நல்லாத் தெரியுமே அவளுக்கு...

போன தீபாவளிக்கு வந்த மகனிடம் சவுந்திரம் அவ்வப்போது எதிர்த்துப் பேசுவதை சாடையாகச் சொல்லிக் கொண்டிருந்தாள் கிழவி. அவன் என்ன எரிச்சலில் இருந்தானோ..

"வக்கத்த களுதக்கி வாய் வேற கேக்குதோ" என்று நாலு அறை விட்டான். கிழவியே எதிர்பாராமல் திகைத்துத்தான் போய்விட்டாள். பாத்திரங்களைக் கழுவி உள்ளே கொண்டுவந்த ராசம்மாதான் அப்படியே போட்டுவிட்டு ஓடி வந்து இழுத்து விட்டாள். ஏமாற்றுவதென்று முடிவு செய்துவிட்டால் இரக்கமே அற்றுப்போய் விடுமா...

கிழவியிடம் கேட்டுவிட்டுக் கொடுக்கலாம் என்றுதான் நினைத்தாள். ஆனால் ராசம்மா பயமுறுத்தினாள்.

"நாங்களும் நல்லா வாள்ந்தவங்கதான் பாப்பா. இத்து எளச்சி பஞ்சம் பொளக்க இப்பிடி லோல்படுறேன்... இந்தப் புள்ளிவோள வெச்சி சோறு போட்டு ஆளாக்குறதே பெரும்பாடா இருக்கு... இதுல... நவ நட்டுக்கு எங்க போறது... இருந்த ஒத்த தோட்டையும் மூக்குத்தியயும் செட்டியார் வூட்ல வெச்சி காசு வாய்ன்ட்டேன்... காதுலயும் மூக்குலயும் வேப்பங்குச்சிய சொருவிக்கிட்டு விசேச வூட்ல போயி நின்னா காறித் துப்புவாளுவோ"

"மாமிகிட்ட எதுக்கும் சொல்லிட்டு தரனே"

"எம்மேல நம்பிக்கையில்லியா பாப்பா... தோ... ஒரே நாளு... ந்தா...ருக்குற மஞ்சக்கொல்ல... போய்ட்டு வந்துரப்போறேன்... நிச்சியம் ஒம்மாமியா ஒத்துக் காது... வேலக்காரிக்கி எரவல் குடுக்குறியான்னு வாசல்ல ஒக்காந்து கத்தும்...

இஸ்டம்னா குடு.. இல்லன்னா பரவால்ல வுடு… போன தரவ ஓங்கம்மாவே காதுல குச்சியோடதான வந்துட்டுப் போச்சி… எனக்கென்ன… எத்தினியோ அசிங்கத்துல இதுவும் ஒண்ணு…

அம்மாவின் நிலையை நினைவுறுத்தியதில் கருணையோ, தன்னிரக்கமோ கை தானாகத் தோடுகளைக் கழற்ற ஆரம்பித்தது.

"எண்ணெ எறங்கிடிச்சின்னு பத்தர் வூட்டுக்கு குடுத்து வுட்டுருக்கன்னு சொல்லிரு ஓம் மாமியா கேட்டா… அப்பிடியே அந்த மூக்குத்தியவும் குடு பாப்பா" ரகசியமாக சமாளிக்க யோசனையும் சொல்லி அடுத்த கட்டத்துக்கும் போனபோது சற்றே திடுக்கிட்டுதான் போனாள்.

"ஐய்யய்யோ மூக்குத்தியா… இதக் கயட்டுனா நிச்சியம் தெரிஞ்சுரும்… தோடு போடாமக்கூட இருந்துருவேன்… மூக்கு மூளியாருந்தா எனக்கே புடிக்காது"

"நீ ஏன் மூளியாருக்கனும்… நா அப்பிடி சொல்வனா… ஓம் மாமியாதான் கோசு வெச்ச மூக்குத்தி வாய்ண்ட்டு வந்து வெச்சிதில்ல போன மாசம்… அதப் போட்டுக்க"

தனக்கே நினைவுக்கு வராத மாற்று மூக்குத்தி பற்றி ராசம்மா எடுத்துக் கொடுத்தபோது சற்றே அயர்ந்துதான் போனாள்.

அவ்வளவு கவனித்து வைத்திருந்திருக்கிறாள்.

அரிசி புடைப்பது, மூட்டை கட்டுவது என இரண்டு நாட்களாக வேலை அதிகம். தோட்டைப் பார்த்ததுபோல் மூக்குத்தியை மாமியார் கவனிக்க வில்லை. நெருக்கத்தில் நின்று முகம் பார்த்துப் பேசாமல் சமாளித்தாயிற்று. எல்லாம் தெரியவந்தால் எப்படிச் சமாளிப்பது…

பத்தர் வீட்டுக்குப் போய்ச் சேர்ந்தபோது ராசம்மாவிடம் ஏமாந்த இன்னும் இரண்டு வீட்டுக்காரர்களும் அங்கே வந்திருந்தனர். ஒவ்வொருத்தர் கதையும் இதைவிடப் பெரிதாக இருந்தது.

பத்தர் மனைவியிடம் புதிய ஆராதனா தோடு, இரண்டு மூக்குத்தி, ஒரு கவரிங் சங்கிலி, அவரது ஒன்றுவிட்ட தம்பி வீட்டிலும் தோடு மூக்குத்தி. தவிர பரஸ்பரம் இரண்டு வீட்டிலும் கொடுத்து விட்டிருந்த பாத்திரங்கள், சைக்கிள் கடைக்காரர் வீட்டில் வரிசை வைக்கவென்று சொல்லி வாங்கிப்போன பித்தளை தாம்பாளங்கள்..

போலீசுக்குப் போகலாமென ஒருவர் சொல்ல, மற்றவர் அதற்கு வேறு பக்கத்து டவுனுக்கு அலையவேண்டுமா விட்டுத் தொலை எனப் புலம்ப ஒரே களேபரமாகக் கிடந்தது.

யாராவது மஞ்சக்கொல்லைக்குப் போய்ப் பார்க்கலாமா என்ற ஒருவரின் கேள்விக்கு "க்கும்... சப்ஜாடா வழிச்சு எடுத்துட்டுப் போயிருக்கா... ஒனக்கு சொன்னத மட்டும் நெசம்னு நெனக்கிறியா... அதுவுமில்லாம... வூடு வாசல் யாரு எவுரு எதுந்தெரியாம தெருத்தெருவா போயி யாரூட்டுல சடங்கு வெச்சீங்க யார் யாரு வந்தான்னு கேப்பியா" என யாரோ பதிலடி கொடுத்தார்கள்.

எல்லாவற்றையும் கேட்டபடி சவுந்திரம் அமைதியாக இருந்தது சைக்கிள் கடைக்காரர் மனைவி பேபியைத்தான் முதலில் உறுத்தியது.

"ஏன் சவுந்திரம்..எல்லாரையும் ஒத்தர் பாக்கிவுடாம மொட்டயடிச்சிருக்கா... ஒங்கூட்ல மட்டும் ஒண்ணும் வாய்ண்ட்டு போவலியா... நீ பேசாமையே இருக் கியே"

குறுக்கிட்டாள் பத்தர் மனைவி

"அவ கத தெரியாதா பேபி... அவ மாமியாளக் கேக்காம ஒரு துரும்பக் கூடக் கிள்ள முடியாது... பொட்டி சாவி கெழவி கையில... கெழவிகிட்ட ராசம்மா பாச்சா பலிக்காதுல்ல..."

"ஆமாமா... சவுந்திரம் பாவம்... அவளுக்கு அங்க ஒரு பவரும் கெடயாது... இருவது ரூவா சம்பளத்தையே இருவது தரவ கேட்டுதான் அவ்வாகிட்ட வாங்கணும்னு ராசம்மா சொல்லுவாளே"

அவரவர் இழந்ததையும் ஏமாற்றப்பட்டதையும் மறந்து, தான் ஏமாற வழி யற்றவளாக இருப்பதைப் பரிதாபப்படுவது போலக் கேவலமாக்கி விட்டார் களே...

கூசியது சவுந்திரத்துக்கு.. .எதையும் காட்டிக் கொள்ளாமல் கோணலாக இளித்து வைத்துவிட்டுக் கிளம்பினாள்.

இப்போதுவரை யாரிடமும் சொல்லாவிட்டாலும், எப்படியும் இன்றோ நாளையோ மாமியாருக்குத் தெரிய வந்துவிடும். கொடுத்தது, மறைத்தது எல்லா வற்றுக்கும் சேர்த்து இருக்கிறது. குனிந்தால், நிமிர்ந்தால் சொல்லிக் காட்டுவாள். அது வழக்கமாக நடப்பதுதான். இது அதற்கும் மேலான பிரச்னையாயிற்றே !

மகனுக்குக் கடிதம் போட்டு வரவழைத்து உதைக்க வைப்பாளோ...

பிள்ளைகளைப் பிடித்துக்கொண்டு அம்மா வீட்டுக்குத் துரத்தி விடுவேன் என்று ஒரு சண்டையின்போது மிரட்டினாளே... அப்படிக்கூட நடக்குமோ... பேசாமல் இப்படியே எங்காவது போய்விடலாமா... எங்கு போவது...

சே... ஏதாவது நடக்கட்டும்... சல்லிக்காசுக்குப் பிரயோசனமில்லாத வாழ்க்கை... சொந்தமாக ஏமாறக்கூட முடியாதவள் என்றுதானே சாடை பேசி னாள் அந்த பேபி... இரக்கப்படுகிறாளாம் பத்தர் பெண்டாட்டி.... யாருக்கு

வேணும் அந்த இரக்கம்...

ஒரே ஊரில் நாலு தெருவுக்குள் இருப்பவர்களை ஒருவருக்குத் தெரியாமல் ஒருவரை என்று சாமர்த்தியமாக ஏமாற்றிவிட்டு அகப்பட்டதைச் சுருட்டிக்கொண்டு ஓடிவிட்டாள் ஒருத்தி. அவளை விட்டுவிட்டு அவள் சொன்னதையெல்லாம் சேதி என எடுத்துக்கொண்டு என்னை மெல்லுகிறார்கள்... வந்ததும் இன்னும் என்ன கதையெல்லாம் பின்னால் ஓடுகிறதோ....ப்ச் ...

மூச்சு வாங்க சைக்கிளில் வந்த எதிர்வீட்டு வேம்பு இடிப்பதுபோல் நிறுத்தி

"எங்கக்கா போய்ட்ட... ஒன்னதான் தேடிக்கிட்டு அலையுறன்..."

"ஏண்டா... என்னா விசியம்.."

"அவ்வா செத்துப் போயிரிச்சி"

வழக்கம்போலக் கதை பேச ஆள் தேடிவந்த மாரிக்கிழவிதான் படுத்திருந்த கோலத்தில் ஏதோ வித்தியாசம் உணர்ந்து கண்டுபிடித்திருக்கிறது.

ஊருக்கே அதிசயமாகவும் இரக்கமாகவும் இருந்தது. யாருக்கும் கரையாத சவுந்திரத்தின் மாமியார் ராசம்மாவுக்குக் கரைந்ததும், தோடு, மூக்குத்தியை அவள் ஏமாற்றிவிட்டுப் போனது ஊருக்குத் தெரிந்தால் கேவலமாகிப்போகும் என்பதால் சொல்ல வேண்டாமென மறைத்ததும்...

"என்னதான் சொல்ல வேணாம்னு சொன்னாலும் இணுக்கி இணுக்கி சேத்த காசு போச்சேன்னு கெழவிக்கி நெஞ்ச அடச்சிருச்சி பாரு..."

"எல்லாரையும் மாறி நாமளும் சொல்லி ஆத்தியிருக்கலாமே. மாமீ... சொல்ல வேணாம் தெரியக் கூடாதுனுட்டு இப்பிடி ஒண்ணா உசுரையே விட்டுட்டீங்களே மாமி"ன்னு சவுந்திரந்தான் மாஞ்சு மாஞ்சு அழுதுகிட்டு கெடக்கா..."

"என்னதான் வைசாலும் திட்டுனாலும் ஒண்ணு மண்ணா இத்தி வருசம் கெடந்தவளாச்சே... அதான் ஆறல."

பேசிக் கலைந்தது தெருசனம்.

எட்டுக்கரைமேடு

◆

இப்பல்லாம் அந்தக் கதைய சொன்னா யாரும் நம்பக்கூட மாட்டாங்க. மேலவீதி தென்னடார் பிள்ளை வீட்டுலதான் அந்த அதிசயம் நடந்துச்சு. பெரியவரு காலமானப்ப, அவுங்க வீடு மட்டுமில்ல, தெருவே திக்குன்னுதான் கெடந்துச்சு.

அவுங்க வீட்டு வரவு செலவு மட்டுமில்லாம, தெருவுல இருந்த மாரியம்மன் கோயில் திருவிழா, சந்தனக்காப்பு, நாலுமுனையில நடக்குற காமுண்டி, அதுக்கு லாவணி ஏற்பாடு பண்ணுறது சகலமும் தென்னடார் பிள்ளைதான் பாத்துகிட்டிருந்தாரு.

இதெல்லாந்தான் அங்க காலகாலமா நடந்துகிட்டிருந்த திருவிழாவாம். இவருக்கு முன்னாடி அவங்க அப்பா, தாத்தா பாத்தாங்களோ என்னவோ... எப்பவோ தென்னடார்லேருந்து வந்த பரம்பரைன்னு அடையாளமா எதோ ஜமீன் பட்டம் மாத்திவிடுற மாதிரி நிர்வாகம் பாக்கிற அந்த வீட்டு பெரிய தலைய தென்னடார் பிள்ளைன்னு ஊருல சொல்லிக்குவாங்க.

பெல்லாரி செட்டியார் கூட அவுங்க வீட்டு சார்ப்புலதான் முதல்ல குடி வந்தாரு.

பண்ருட்டி பக்கம் பூர்வீகம்னாலும் எங்க ஊரைச் சுத்தி சந்தையில கடை போடுற குடும்பம்தான். சைக்கிள் பிரபலமா ஆன கட்டத்துல வார சந்தைக் காகக் காத்திருக்காம வெங்காயத்தை சாக்கு மூட்டைல கட்டிக்கிட்டு ஊர் ஊரா சுத்த ஆரம்பிச்சாரு. அந்தப் பக்கத்துக்கே பெரிய வெங்காயம் இவரால்தான் அறிமுகம். பெல்லாரி செட்டியார்னே பேரும் ஆயிருச்சி.

சார்ப்புல குடின்னு பேருதான்... அவுங்க வீட்டு ஏழெட்டு பிள்ளைங்களும் தெருவுலதான் ஆடும்... வெங்காய மூட்டையும் தட்டுமுட்டு சாமானும் பிள்ளை வீட்டு திண்ணை, கொல்லை அங்கங்கே கெடக்கும். ஈரவெங்காயம் முத்தத்துல

காயும். புதுசா யாராச்சும் பிள்ளை வீட்டுக்கு வந்தா அவருதான் வெங்காய யாவாரின்னுகூட நெனப்பாங்க. அது போயிருக்கும் இப்படியே ஒரு பத்து பன்னண்டு வருஷம்.

ஒரு தடவை ஏதோ வேலையா பண்ருட்டி பக்கம் போயிட்டு வந்தாரு செட்டியார். மறுநாள் ராத்திரி பெரியவரு திண்ணையில உக்காந்து தெரு வழக்கு பேசிகிட்டு இருக்கும்போது பட்டுன்னு இவரு சொல்றாரு... அய்யா இந்த தடவை பாஞ்சாலி கதை படிக்கலாம்னு இருக்கேன்.

அதுக்கென்னய்யா... உங்க வீட்டு சாமியா கும்பிடுங்க... நம்ப திண்ணையில வெச்சு சாப்பாடு கீப்பாடு போடணும்னாலும் போடுங்க... வெற்றிலையை மென்ற படியே சொல்றாரு பிள்ளை.

உள்ளபடிக்கே அவருக்கு விவரம் தெரியல. வேலப்பனுக்குதான் துணுக்குங்குது...

என்ன அண்ணே... நாம மாரியம்மன வெச்சு கும்பிடுறோம். இவரு பாஞ்சாலி கதை படிச்சா அப்பறம் தீமிதி வெக்கனும்பாரு... பழக்க வழக்கம் மாறிப்போகும்ல...நீங்க பாட்டுக்கு திண்ணை வரைக்கும் கொண்டுவர்றீங்க

என்ன செட்டியாரே அப்பிடியா

ஆமாங்க கதை படிச்சு முடியும்போது தீமிதி வெக்கணும்...

அதை எங்கே வெக்கிறது...

மேலவீதியே கொஞ்சம் கீக்கிடமான தெருதான்... கொஞ்சம் அகலமா இருக்குற முனையில்தான் காமுண்டி கொளுத்துறது. லாவணி கச்சேரியே தெரு திரும்பி சுந்தரம் வாத்தியார் வீட்டு திண்ணைய மேடையாக்கி நடத்திகிட்டு வரும்போது தீமிதிக்கு எது இடம்? வேலப்பனுக்கு தோணுன சந்தேகம் எரிச்சல் தெருகாரங்க ஒவ்வொருத்தருக்கா பரவுதே ஒழிய யாருக்கும் பாரதம் படிக்க வைக்கணும்னு ஆசையே வரல..

அப்பத்தான் திடீர்னு ஒரு விஷயம் நடந்துச்சு.

என்னதான் சார்ப்புல குடியிருந்தாலும்... வெங்காயம் புடைக்கிறது... ஏழெட்டு டிக்கெட்டுல ஏதாவது ஒன்னுத்துக்கு சோறு போடுறது குளிக்க ஊத்துறதுன்னு சுத்துறப்ப தவிர பிள்ளைகிட்டே நேருல நின்னு பேசிக்கூட அறியாத செட்டியார் சம்சாரம் திடீர்ன்னு ஆஹான்னு தலைவிரிகோலமா வந்து நிக்குது...

“எட்டுகரைமேடு ஏறிவந்திருக்கேன்... பட்டினியா நிக்கிறேன்... இந்த வாசல்ல எனக்கு எலை போடுவியா... போடுவியா... குளுரணும்... குளுரணும்....”

துரோவதை கேக்குறாய்யா... பாத்து செய்ங்கன்னு பயபக்தியா அழுக்குத்

துண்டை இடுப்பில கட்டிக்கிட்டு சொல்றாரு பெல்லாரி. பயம்லாம் இல்லைன்னாலும் மறுக்கத் தோணலை பிள்ளைக்கு. செஞ்சுருவோம் செஞ்சுருவோம்... மலையேத்துப்பாங்குறாரு...

என்னதான் இப்படி பிள்ளை வாக்கு கொடுத்தாலும் யாருக்கும் அது பிடிக்கல.

மென்னு முழுங்கிகிட்டு நகர்ந்தாலும், விரதம் இருந்து அவர் கதை படிக்க ஆரம்பிச்சப்ப அவர் சம்சாரம் பிள்ளை குட்டி தவிர கூடுதலா தவறாம உக்காந்த ஒரே ஆள் பிள்ளைதான். அவர் வார்த்தைக்கு மறுப்பே சொல்லாத அவங்க வீட்டம்மா கூட மாரியாத்தா கோவம் வருமோங்கிற அக்கம் பக்கத் துக்கு பயந்து மனசுக்குள்ள மன்னிப்பு கேட்டுக்கிட்டு வீட்டுக்குத் தூரம்னு பொய் சொல்லிருச்சு.

பெல்ல்ல்...லாரி..பெல்ல்ல்..லாரின்னு ராகம் போடற செட்டியாருக்கு இதெல்லாம் எப்படித் தெரியும்... இவ்ளோ நாளும் எப்படிச் சும்மா இருந்தார்னு மூக்கில விரல் வெக்கிற மாதிரி யாரைப் பத்தியும் கவலைப்படாம பாடுறாரு... எப்பயும், சளியும், அழுக்குமா திரியுற குட்டிப்படைங்க தவறாம குளிச்சுட்டு வந்து என்னமோ புரிஞ்ச மாதிரி வாயப் பொளந்துகிட்டு உக்காந்து கிடக்கு துங்க... எல்லாம் எங்க... தென்னடார் பிள்ளை வீட்டுத் திண்ணையிலதான்.

பூவை வளைச்சு வளைச்சு சுத்தி அம்மனா உருவாக்கி உக்காத்தி வெச்சி கிட்டு பாடிட்டிருக்கற செட்டியார் முன்னாடி அடுத்தடுத்த வருஷம் தெரு சேர்ந்து உக்கார ஆரம்பிச்சுது... செட்டியார் மட்டும் தனியா தீ மிதிச்சப்ப அந்த வாசலே போதும்னு இருந்துச்சு. அடுத்தடுத்த வருஷம் எனக்கும் வேண்டு தல்னு ரெண்டு நாலா ஆளு சேர ஆரம்பிச்சப்போ, பக்கத்துல வைக்கப்போர் போட்டு வேலி கட்டி வெச்சிருந்த கொல்லையில இடம் ஒழிச்சுக் குடுத்தாரு பிள்ளை.

பண்ருட்டி பக்கத்துலேருந்து வந்த சொந்தபந்தம்லாம் அசந்துபோச்சு... பத்து பதினஞ்சு நாள் வெள்ளையும் சொள்ளையுமா பாஞ்சாலி கதையோட பழியாக் கிடக்குற ஆளா இவருன்னு ஆச்சர்யப்படுற மாதிரி... சைக்கிளைத் தூக்கிகிட்டு பெல்ல்ல்...லாரின்னு கிளம்பிருவாரு. ஆனா திண்ணையில அந்தப் பக்கமா அட்டானிக்கால் போட்டுக்கூட உக்காராம வருஷம் பூரா பிள்ளைதான் பயபக்தியா மாறிட்டாரு.

ஒருத்தன் டைலர், ஒருத்தன் பொட்டிக்கடை, ஒருத்தன் அப்பா சைக் கிள்னு வளர்ந்த குடும்பமாயிடுச்சி செட்டியார் குடும்பம். சார்ப்பு பத்தாம புதுசாப் பிரிச்ச நகர்ல கொட்டாய் போட்டுக்கிட்டு போயாச்சு. அங்க போயும் ரெண்டு மூணு வருஷம் எதிர்ல இருந்த காலி ப்ளாட்டுல தீமிதி வெச்சு

கிட்டிருந்தாரு செட்டியாரு. வீடுக விழுந்தா எங்கே அதெல்லாம்...

பிள்ளையோட ஒரே மகன் மெடிகல் காலேஜுல வேலை கிடைச்சு தஞ்சாவூரோட தங்கிட்டான். இடையில வைக்கப்போர் கொல்லைய அவன் வேலைக்கு லஞ்சம் கொடுக்க வேணும்னு சண்டை போட்டு வித்துட்டுப் போனதுல அப்பா பிள்ளை உறவே உரசலாப்போச்சு.

நீர்மாலைக்கு போவணும்... கொழுந்தன் கோடி யாரு... அங்காளி பங்காளி அண்ணன் தம்பி முறைகாரங்க வந்துட்டாங்களா... திடீரென்று பொறுப்பை ஏற்கவென்றே முளைக்கும் யாரோ குரல் கொடுக்கிறார்கள்.

பிள்ளைக்கு அண்ணன் தம்பி யாரும் இல்லை... சித்தப்பா மவன் ஒருத்தர் எங்கேயோ வெளிநாடு போயிட்டராம்ல...

வெளியில் சத்தம் கேட்டு எட்டிப் பார்த்தபோது, சைக்கிளைத் தள்ளிக் கொண்டு செட்டியார். பிள்ளைகள் மாலை வாய்க்கரிசி கோடிசேலை சகிதம்... நரைத்த தலையை விரித்துப் போட்டுக்கொண்டு மாரடித்தபடி செட்டியார் மனைவி...

வேலப்பனுக்கு அன்று ஆவேசம் கொண்டு பிள்ளைமுன் அவள் ஆடிய கணம்தான் நினைவுக்கு வந்தது.

கஜிகஜி புடவை

◆

"ஐயே... ஒரு தடவ நனச்சாலே இப்பிடி ஆயிட்டா" பளபளவென்ற இளம் சந்தன நிறத்தில் பச்சைப் பூக்கள் இறைந்த அந்தப் புடவை எப்படி ஊரையே கொள்ளையடித்தது... இன்று தண்ணீரில் போட்டதும் பச்சை கலங்கி இளம் சந்தனத்தில் இறைந்து... அதன் அழகும் கவர்ச்சியும் இவ்வளவுதானா...

இரண்டு மூன்று வருடங்களாக இழுபறியில் கிடந்த தனலட்சுமியின் மாமனார் ஒருவழியாகப் போய்ச் சேர்ந்திருந்தார். பழைய பகையை மாற்ற யாருக்கும் மனமில்லை. மூத்த சம்பந்தி வீட்டுக்கு ஆள் விடவே இல்லை. மாங்குமாங்கென்று செய்ய வேண்டிய வேலைகளுக்கு நடுவில் விட்டுப்போகும் தாய் வீட்டுப் பாசம் பற்றிக் கவலைப்படக்கூட தனத்துக்கு நேரம் கிடையாது.

ஆனாலும் மற்ற இரண்டு மருமகள் வீட்டிலிருந்தும் ஆட்கள் வந்தார்கள். சம்பந்திக்கு வாய்க்கரிசி, கொட்டு, தப்போடு வந்து மாலை போட்டார்கள். வருபவர்களிடம் துக்கம் கொடுப்பதும், காப்பி டீ என்று உபசாரம் செய்வதுமாகப் பரபரப்பாக இயங்குவதன் மூலம் தன் மனக்குறையை மறைத்துக் கொண்டிருந்த தனத்துக்கும் மாமியார் வீட்டு உறவுமுறைகளுக்கும் ஆச்சர்யம் தரும்படி மீண்டும் தப்பு சத்தம் கேட்டது.

தனத்தின் தாய்மாமன் மகளும், தன் அக்கா மகளுமான ரஞ்சியைக் கட்டியிருந்த மூர்த்தி சித்தப்பாதான் வாய்க்கரிசி மாலைகளோடு வந்து கொண்டிருந்தார்.

இழுபறியாகக் கிடந்து ஒருவழியாகப் போன மாமனாருக்கு மூத்த மருமகள் திடீரென இவ்வளவு பெரிய ஒப்பாரி வைப்பதை ஊர்சனம் ஆச்சரியமாகப் பார்த்துக் கொண்டிருந்தது. இழவு வீட்டில் தலை காட்டிவிட்டு குளித்து முழுகி சமையலில் இறங்கிவிட்டிருந்த தெருப்பெண்கள் கூட எட்டி நின்று, தனம் தன் சார்பில் எடுத்துவரப்பட்ட வாய்க்கரிசியை எதிர்கொண்டு மாரடிப்பதை வேடிக்கை பார்க்கலாயினர்.

பிணம் தூக்கியதும் ஊருக்கும் உறவுக்கும் சமைத்துப்போட சம்பந்திகள் செலவில் ஏற்பாடாகிக் கொண்டிருந்தது. கோட்டு அடுப்பு அருகே மேற்

பார்வையில் இருந்தவர்களிடம் போனார் மூர்த்தி சித்தப்பா. மூத்த மருமகள் சார்பில் தானும் பங்கு தருவதாக இணைந்து கொண்டார்.

தன் மாமனார் வீட்டுக்குச் சொல்லியனுப்ப தாய் ஒப்பமாட்டாள்; சொன் னாலும் மோடுமுட்டி மச்சினன்கள் அசிங்கப்படுத்திவிட்டால் என்ன செய்வது என்று தம்பிகள் முன் பம்மிப் பதுங்கிக்கொண்டிருந்த தனத்தின் கணவன் ராசவேலு திடீர் கம்பீரத்துடன் மூத்தமகன் ஸ்தானம் அப்போதுதான் தனக்குக் கிடைத்தது போல ஏதேதோ பேசித் திரிந்தான்.

மறுநாள் பால் தெளித்து வந்ததும், காரியம், எட்டு படையல் பற்றிப் பேசி விட்டு எல்லோரும் புறப்படலாம் எனத் தீர்மானமாயிற்று.

"சம்பந்தி பலகாரம் தனித்தனியா பண்ண வேணாம்... ஒண்ணா சேந்து செஞ்சு, வர்ற கூட்டத்துக்குத் தக்கன பிரிச்சு குடுத்துடலாம்"

தன் தந்தை முன்மொழிந்த பெருமிதத்தில் இரண்டாவது ஓர்ப்படி ரத்னா "ஆளு வேணும்னா இஞ்சையே வெச்சி செஞ்சிடலாம்பா... எங்கியாச்சும் செஞ்சி தூக்கிகிட்டு அலைய வேணாம் எப்பிடியும் கருமாதி சமையலுக்கு கோட்டடுப்பு போட்டாவனும்... அதுக்கு வர்ற சமையக்காரன் கிட்டயே கூட பேசிக்கலாம்" என்றபடியே துணி உலர்த்தலானாள். இதில் தான் சொல்ல என்ன இருக்கிறது என்பதுபோல் துணியைப் பிழிந்துகொண்டே இருந்தாள் தனம்.

"ரத்னா சொல்றமாதிரி இங்கியே ஏற்பாடு பண்ணி செலவப் பிரிச்சுக்கலாம். நீங்கள்லாமாவது இங்ஙனக்குள்ள சாலியமங்கலம், பரவக்கோட்டைன்னு இருக்கீங்க. நா இருக்க ஊருல இருந்து கள்ளக்குறிச்சி வந்து சேரவே போறும் போறும்னு ஆயிடும். அப்புறம் ஒவ்வொரு பஸ்ஸா ஏத்தி எறக்கணும்... அதான் போவுதுன்னா... யாரு செஞ்சத யாருக்குக் குடுத்தாங்க... யாருக்குக் குடுக்க லன்னு பிரச்சின வேற வரும் தனித்தனியா செஞ்சா...." மூர்த்தி சித்தப்பா பேசிக் கொண்டே இருந்தார்.

தன் தந்தையினதும், தனதுமான யோசனைகளை அப்படியே ஏற்ற மூர்த்தி சித்தப்பாவின் மேல் ரத்னாவுக்கு திடீர்ப்பாசமே பெருகிவிட, "நல்லா சொன்னீங்க" என்று ஒரு ஆமோதிப்பைப் போட்டாள்.

வழியனுப்ப வந்தபோது கிடைத்த தனிமையில் "ஏன் ரஞ்சி, ஒரு தரம் இஞ்ச நீடாமங்கலம் வந்துபோறதே உனக்கு கஸ்டம்... இப்ப மத்த செலவு வேற செஞ்சிருக்கீங்க... கருமாதிக்கு வேற சம்மந்தி மொற எல்லாம் இழுத்து வுட்டுக் கணுமா..." கேட்காமலிருக்கக் கூடாதே என்ற தொனியில் இழுத்தாள் தனம்.

கல்யாணம் ஆனதிலிருந்தே மாமனார் வீட்டு கௌரவம் என எதையும் பெறாமலிருந்தவனுக்கு இன்றைய நடப்பு என்னவோ பெருமையாய் இருந்தாலும் ஒப்புக்கு "அதானே..." என இழுத்தான் ராசவேலு.

“இருக்கட்டும் அத்தாச்சி... பெறத்தியாருக்கா செய்யிறேன்... நீ அத்த மவ... நா மாமன் மவ... மாமாவும் ஒனக்கு சித்தப்பாமொற தானே... நீ எதுக்கு நாலு பேரு மின்னாடி நாதியத்தவளாட்டம் நிக்கணும்”

“ஆமா தனம்... மாப்பிள நீங்க எதுவும் யோசிக்காதீங்க.... இதுக்கெல்லாங் கூட இல்லாம அப்பறம் என்ன ஒட்டு ஒறவு...” சித்தப்பா சொல்லிக் கொண்டி ருக்கையிலேயே டவுன் பஸ் நெருங்க ஓடிப்போய் நிறுத்தினான் ராசவேலு “வாங்க..வாங்க.. இத வுட்டா ஒருமணி நேரம் ஆவும் அடுத்த வண்டிக்கு...”

❖

மாமியார்க் கிழவிதான் மெல்ல ஆரம்பித்தாள். ஆறாம்நாள் அந்தி அழுகை முடிந்தபின் விளக்கில் எண்ணெய் விட்டபடியே “பலவாரம் செய் யிறதப் பத்திதான ஒங்க சித்தப்பாரு சொன்னது... துணிமணியும் எடுக்குறேன்னு ஏதாச்சும் சொன்னாவொளா”

“துணிமணியா... யாருக்கு...”

“யாருக்கா... நல்லாருக்குடி நாயம்... ஒனக்கு... ஒம்புருசன், புள்ளகுட்டிக்கி எடுக்க வேணாமா... என்னமோ ஊரு ஒலகத்துல எதையும் பாக்காதவ மாதிரி கேக்குற ..”

கவனித்தபடியே கவனிக்காததுபோல் மாவு இடிக்கவும் சலிக்கவுமாக உட்கார்ந்திருந்த ஓர்ப்படிகளைக் கடந்து ஏதோ வேலையிருப்பதுபோல் நகர்ந்தாள் தனம்.

நடந்துகொண்டிருப்பதே சித்தப்பாவுக்கு பெரிய செலவு. ஆரம்பப்பள்ளி ஆசிரியர் வேலை. அவருடைய சொந்த அக்கா தங்கச்சி நாலுபேர், அண்ணன் வீடு என்று பலபேருக்கு நல்லது கெட்டது செய்யும் கடமை. வசதியில்லாத மூத்த அக்காள் மகளான ரஞ்சியை மணந்துகொண்டு அந்தக் குடும்பப் பொறுப்பே இவர் தலையில்... இதில் ஒன்றுவிட்ட அண்ணன் மகளுக்கு இவ்வளவு செய்வதே பெரிய விஷயம். இதில் துணிமணி வேறு எடுக்கிறாயா என்று எந்த முகத்தை வைத்துக் கொண்டு கேட்பது... எப்போதோ திருமணம் ஆன புதிதில் கவைக்கு உதவாத சண்டையைப் போட்டு இதுதான் சாக்கு என விலகிக் கொண்டுவிட்ட அண்ணன்கள் இருவரும் இதோ கும்பகோணத்தில் தான் உட்கார்ந்திருக்கிறார்கள். எதுவுமே தெரியாமலா இருக்கு...

மறுநாள் மீண்டும் கிழவியே தொடங்கினாள் யாருமற்றபோது சற்றே தணிவாக...

“அவ்வோ எடுக்காட்டி.. நீ ராசுகிட்ட சொல்லியாச்சும் எடுத்தாந்து வெச்சிரு.. எல்லாரும் சபைல வெச்சி, புதுசு மாத்திகிட்டு வர்றப்ப நீயும் புள்ள வோளும் பிக்காரிங்க மாறி நிக்கவேணாம்.”

ராசுவின் கருத்தோ வேறு மாதிரி இருந்தது. பொதுவில் காரிய வரவு செலவு நடக்கும்போது, தன் மனைவி மக்களுக்கு மட்டும் போய் எடுத்து வந்தால் சரியாயிருக்காது என்றான். பேசாதிருந்த தனத்தை சமாதானப் படுத்தும் படியாக, “மூர்த்தி மாமா வரட்டும் பாப்போம்... எடுத்துட்டு வந்தா சரி... இல்லன்னா பட்டுன்னு ... ந்தாருக்கு நீடாமங்கலம் ...போயி வாய்ண்ட்டு வந்துறலாம். இப்ப நாமளும் எடுத்து வெச்சி, அவ்வொளும் வாய்ண்ட்டு வந்தா ஒட்டிக்கு ரெட்டியாதான போவும்...”

❖

ரஞ்சி வந்து இறங்கி, பையைப் பிரித்தபோது, சூழலே மாறிவிட்டது.

“கள்ளக்குறிச்சில கூட சரிவராதுன்னு மாமா கடலூருக்குப் போயி வாய்ண்ட்டு வந்துச்சி அத்தாச்சி” மகிழ்வோடு அவள் பரப்பிய ஆடைகள் நவநாகரீகமாக மின்னின.

“கஜிகஜின்னு பேரு சொன்னாவொளாம்... நல்லாருக்கா பாரு அத்தாச்சி..”

இளம் சந்தன நிறத்தில் அழுத்தமான பச்சைநிறப் பூக்களும், தாழம்பூ பார்டருமாகக் கண்ணைப் பறித்தது புடவை. மற்ற மருமகள்களின் சீரில் இருந்த புடவைகள், மன்னார்குடியும் பட்டுக்கோட்டையுமாக, பெரும்பூக்களும், அழுத்தமான வண்ணங்களுமாக நைலக்ஸ் ரகங்கள்... பெயர் எதுவும் பிரத்யேகமாக சூட்டப்படாதவை.... வாயில் நுழையாத பெயருடன் மின்னும் தனத்தின் சேலையை, பலகார வேலையை மேற்பார்வை செய்து கொண்டிருந்த ஒவ்வொருத்தியும் மாற்றி மாற்றி வந்து வியந்து ரசித்துப்போனார்கள்.

உறவும், ஊர்ச்சனமும் வர வர, முறைவிட்டுப் போகாமல் செய்ய வந்திருக்கும் ரஞ்சி புகழையும் பாடி புது ரக சேலையையும் எடுத்துக்காட்டி பெருமையடித்துக் கொண்டதில் அந்தியமூகை நேரத்தையே சற்று தவற விட்டு விட்டாள் கிழவி.

❖

எல்லாம் முடிந்து, மோட்ச தீபத்துக்காக கோயிலுக்குப் போய்க் கற்பூரம் ஏற்றித் திரும்பிய நாளன்று குங்குமம் பட்டு, கறை போலிருக்க நனைத்து எடுத்தால்...

“அட சாயம் போவுதுடியோவ்...” முற்றத்தில் உட்கார்ந்திருந்த மாமியார் தான் பிழியும்போது சொட்டிய நிறம் பார்த்துக் கூவினாள்...

மாமனார் செத்தபொழுதைவிட அதிகம் பேர் துக்கம் விசாரிப்பதாகத் தோன்றியது தனத்துக்கு. ரத்னாதான் அந்த அபூர்வ யோசனையை வெளியிட்டவள்.

"இதே நம்ம கொரடாச்சேரி கடையா இருந்தா சும்மா வுடுவமா... அட மன்னார்குடி, கும்மோணமாவே இருக்கட்டுமே... அவங்கிட்ட கொண்டே போய்ட்டு ஒரு வழி பண்ணிறமாட்டோம்...? நம்மூட்டு காசு என்ன எறஞ்சா கெடக்குது..."

அவ்வளவுதான்... மாமியாரின் ஆலோசனை கொடிபிடிக்க ஆரம்பித்தது.

"ஒங்க சித்தப்பாருக்கு மட்டும் என்ன கொட்டியா கெடக்கு... பள்ளியோடத்துல தொண்டத் தண்ணி வத்த வத்த கத்தி வர்ற காசு... கரைச்சு வுட்டுற முடியுமா... ஏன் வுடனுங்கறேன்... தீவாளிக்கு வருவாவோள்ள... குடுத்து வுடு... அந்த கடக்காரன் மோரையிலையே வுட்டேரிஞ்சு வுண்டு இல்லன்னு ஆஞ்சு புடுவா ரஞ்சி... கெட்டிக்காரி... அவ போவாம ஒங்க சித்தப்பா மட்டும் போயிதான் ஏமாந்துட்டாரு... என்னமோ ஒரு வாயில நொழயாத பேர வெச்சி கசிகுசின்னு தலையில் கட்டிட்டானுவோ... கூட அம்பது நூறு போட்டிருந்தா அம்மையப்பன்ல சொல்லி பட்டுப் பொடவையே வாங்கியிருக்கலாம்...."

சித்தப்பா மேல் உண்மையில் பரிதாபமா, ரஞ்சிமேல் உண்மையில் பெருமையா, தன் புதுப்புடவைமேல் உண்மையில் அக்கறையா... இல்லை வந்த வரவு நஷ்டப்பட்டு விட்ட எரிச்சலா... புரியவில்லை... ஆனால் இது நிற்காது... எங்கே ஆரம்பித்தாலும் இனிமேல் இங்கேதான் முடியும்.

அதேதான் நடந்து கொண்டிருந்தது. அய்யோ சித்தப்பா ஆசையாய் செய்தும் இப்படித் தேவையில்லாமல் அரைபடுகிறாயே... சும்மா இருந்திருந்தால் கூட தாய் வீட்டோடு உறவு இல்லாததால் ஒன்றும் நடக்கவில்லை என்ற சாடைப் பேச்சுகளோடு போயிருக்குமே என்றெல்லாம் தனம் புழுங்கிக் கொண்டிருந்தாள் .

சொன்ன மாதிரியே, தீபாவளி துக்கத்துக்கு வந்த ரஞ்சியிடம், மடித்து வைத்திருந்த புடவையை முதல் வேலையாக எடுத்துவரச் சொல்லி நீட்டி விட்டாள் மாமியார். இவ்வளவு களேபரத்திலும் அந்தக் கடையின் பை ஒன்றை பத்திரமாக எடுத்து வைத்திருந்து ரத்னா நீட்டினாள் .

"எப்பயோ வாங்குனத... எப்பிடி ரஞ்சி மாத்துறது.. இவ்வோ பேச்செல்லாம் காதுல போட்டுக்காத நீ.... ரெண்டு நாளு சொல்லியிட்டுருப்பாவோ... அப்பறம் சரியாய்ரும்..."

இல்ல அத்தாச்சி... பெரியம்மா சொறதும் சரிதான். மொறை செய்யாம வுட்டுருந்தா கூட பரவால்ல. பொறந்த வூடுன்னு ஊர் மெச்சுறதுக்காவ சபைல வெச்சிட்டு, இப்ப எப்பிடியோ போன்னு இருக்க முடியுமா? மாமாவ போயி கேக்க சொல்லுறேன். மாத்திக்கலாம் அத்தாச்சி..."

அடுத்து பொங்கல் துக்கம். ரஞ்சிக்கு உடல்நிலை சரியில்லையென்று

சித்தப்பா மட்டும்தான் வந்திருந்தார். வந்து சற்று நேரத்தில் மெல்ல மாமியார் ஆரம்பித்துவிட்டாள். எப்படியோ கோர்த்து வாங்கி, விஷயத்தை கருமாதிப் புடவையில் கொண்டுவந்து சேர்க்க.. .சித்தப்பா ஒரு அசட்டுச் சிரிப்பு சிரித்தார்.

“அடடே.... மாத்திட்டேன் அண்ணி.. அந்தப் பை அக்கா வூட்லயே மறந் துட்டு வந்துட்டேன்.. ரஞ்சி தம்பி தாஸ் பய ஓயாம நீடாமங்கலத்துக்கு வரு வான்... கொண்ணாந்து தரச் சொல்லிடறேன்..”

வெளியில் கிளம்பி நிற்கும்போது தனத்திடமும் அதையே சொல்லிப் போனார். சொல்லிய விதம் நிஜம் மாதிரியும் இருந்தது. இல்லாத மாதிரியும் தோன்றியது.

நான்கு நாளிலேயே தாஸ் ஒரு பையைக் கொண்டுவந்து கொடுத்தான். கடலூர்க் கடையின் பெயர் போட்ட ஒரு மஞ்சப்பையில் அழுத்தமான காப்பிப் பொடி நிறத்தில் பெரிய பூக்களுடன் புல்வாயில் சேலை பளிச்சென்று சிரித்தது. ஏதோ தானே கட்டிக் கொள்ளப்போவதுபோல சந்தோஷப்பட்டுக் கொண்டாள் கிழவி . அடுத்து வந்த உறவுக் கல்யாணத்தில் பார்த்தபோது மூர்த்தி சித்தப்பா வைப் பாராட்டித் தள்ளினான் ராசவேலு. “எப்பிடி மாமா... அத்தினி மாசங்கழிச்சி போயி மாத்துனீய... கடக்காரன் நம்புனானா... சண்ட போட்டியளா”

வழக்கம்போல சிரித்துக் கொண்டே “ஒன்னும் பெரச்சினயில்ல மாப்ள. மனுஷன் தராதரம் தெரியாதா யாவாரியா இருந்தாலும் ...” என்று முடித்தாராம் சித்தப்பா.

தன்னால் மேலும் நஷ்டமோ கஷ்டமோ அடையவில்லை என்ற எண்ணத்தில் பெருமூச்சு விட்டுக் கொண்டாள் தனம்.

❖

அடுத்த ஓரிரு மாதங்கள் அந்தப் பெருமூச்சு நீடித்தது. மன்னார்குடியில் மாமா ஒருவர் போய்ச்சேர எப்படியும் விடிந்துதானே எடுப்பார்கள் என வேலைகளை முடித்துக் கொண்டு பின்னிரவில் போய் இறங்கி அழுது முடித்து மூக்கைத் துடைத்து திரும்பியபோது இளஞ்சந்தன நிறத்தில் பச்சை இறங்கிய தாழம்பூ கரை போட்ட கஜிகஜி சேலையில் ஒருத்தி சுவரோரம் ஒருக்களித்துத் தூங்கிக்கொண்டிருந்தாள் .

“யாரு சின்னம்மா அது...”

“ஏ என்னா இப்புடி கேக்குற... உம் மாமன் மவ ரஞ்சிதான்... மாறி மாறி பஸ்சு புடிச்சி வந்தது முடியலன்னு இப்பதான் செத்த சாஞ்சா ...”

தண்ணீர் குடித்து அழுகையை ஓய விட்டபின் தனம் ஏன் இப்படிப் பெரிதாக அழுகிறாள் என விழித்தாள் சின்னம்மா.

சக்கர மூக்குத்தி

◆

கோவிந்தம்மாள் என்ற பெயரை எங்கு பார்த்தாலும், கேட்டாலும், என் மனக்கண்ணில் ஒரு உருவம் எழும். வழிய எண்ணெய் தடவி படியச் சீவி தூக்கி முடிந்த கொண்டை, பச்சை குத்திய பொட்டு, வெற்றிலைச் சிவப் பேறிய உதடுகளும் காவியில் கரைந்த பற்களுமாய் அகலப்புன்னகை. வலது பக்க மூக்குத்தி, தோடு எது அடகுக்குப் போனாலும் தன் இடத்தை விட்டு இறங்காத இடது பக்க சக்கர மூக்குத்தி... அப்படி ஒரு டிசைனில் வேறு யார் போட்டும் பார்த்ததில்லை. வெள்ளை, இளநீலம், இளரோஜா போன்ற வெளிறிய வண்ணங்களில் பொடிப் பூக்கள் அச்சிட்ட வாயில் சேலையை வேலைக்குத் தோதாக பின்கொசுவமிட்டு அழுந்தத் தூக்கிக் கட்டிய உருவம். அப்போதைய கைக்குழந்தை சேலையால் முதுகில் இறுக்கிக் கட்டப்பட்டிருக்கும்.

எங்கள் ஊரின் தூய்மை காத்தவள் கோவிந்தம்மா.

"மேடம், இவருக்கு குமார் பக்கத்துல சீட் கொடுத்திருக்கேன்" கணக்காளர் நாராயணனின் குரல் என்னை நினைவுகளிலிருந்து வெளியேற்றியது.

"சரி சார். ரமேஷ்... ஆல் த பெஸ்ட். இங்க வேலைகள் சரியான நேரத்துல முறையா நடக்கணும்கிறதுல நா கண்டிப்பா இருப்பேன். அரசுத் துறைன்னா வேல செய்ய மாட்டாங்கன்ற நெனப்பு தப்பு. நாம மக்கள் பணத்துல சம்பளம் வாங்கறோம். இத எப்பவும் ஞாபகம் வெச்சுக்கணும். மத்தபடி எப்ப என்ன உதவி வேணும்னாலும் ஒரு சகோதரியா நெனச்சு நீங்க என்ன அணுகலாம்... நம்ம அலுவலக நண்பர்கள் எல்லாருமே அப்பிடித்தான். தயங்காம பேசுங்க. கத்துக்குங்க..."

தலையசைத்தபடி நகர்ந்தான். பயிற்சிக்காலம் முடிந்தபின் எனக்கு அடுத்த நிலை அதிகாரியாக அமரப் போகிறான்.

❖

அப்போது பெரும்பாலான வீடுகளில் கழிப்பறை இல்லை அல்லது எடுப்பு கக்கூஸ் என்ற வறண்ட கழிவறை எனும் நிலைதான் இருந்தது.

பஞ்சாயத்து ஊதியம் கோவிந்தனுக்குத்தான்.

நல்ல நிலையில் வேலை பார்ப்பவனுக்கே தெருக்கூட்டி, மலமுமள்ளி ஊரைச் சுத்திகரிப்பது கடினம். இதில் குடிகார கோவிந்தன் என்ன செய்வான்... வாசல் பெருக்கி சாணமிடும்போது, அந்தக் கட்டாந்தரைக்கு அப்புறம் இருக்கும் மண் தரையையும் வரிவரியாகக் கூட்டி அவரவர் எல்லையில் ஒரு மூலையில் பெண்கள் குப்பையைக் குவித்து விடுவார்கள். அதை வாரி எடுத்து வண்டியில் போட்டு நகர்வதே அய்யாவுக்கு பெரிய வேலை. கோவிந்தம்மாள் தான் அபயம் .

வீட்டு முன் வாசலிலோ, பின்வாசலிலோ, அடுப்புச் சாம்பல் ஓரமாகக் குவித்துக் கிடக்கும். வீட்டை ஒட்டியோ, தள்ளி கொல்லைக் கடைசியிலோ சந்துவழி கட்டாயம் உண்டு. கோவிந்தம்மாள் விசுக்கென்று நுழைவதும் தெரியாது. திரும்புவதும் தெரியாது. மின்னல்.

தனது தள்ளுவண்டியின் சத்தத்தோடு வாசலில் கோவிந்தம்மாள் நின்றால், மணி என்ன என்பது ஒவ்வொரு வீட்டிலும் பிரசித்தம். அந்த நேரத்தில் நின்று பதில் சொல்லும் வழக்கமே கிடையாது.

பத்து மணிக்குமேல் உணவு தரும் வீடுகளை அடையாளம் கண்டு, வரும் போதுதான் சாவகாச பேச்சு எல்லாம். ஒரு பெரிய தூக்கு வாளி, சின்னதாக ஒன்றிரண்டு பாத்திரங்கள். எப்போதாவது திடீரென சோறு குழம்பு மீந்திருக்கிறது என்பவர்கள் காலையில் மின்னல் வந்துபோகும்போதே சொல்லி வைத்து விடுவார்கள். வாடிக்கையாய்த் தருபவர்கள் வீட்டுக்கு மட்டுமே வழக்கமாய்ப் போவது என்பதால் இப்படி ஒரு ஏற்பாடு.

குடிகாரக் கோவிந்தனின் கூத்துகள், மாமியாரை அடக்கிய கதை, நேற்று பார்த்த சினிமா கதை, வெற்றிலை எப்படிப் போட்டால் ருசி என ஆளுக்குத் தகுந்தபடி உரையாடல் போகும். பழையது தொடங்கி பேறு மருந்து வரை எங்கள் வீட்டில் கிடைக்கும். பாட்டியின் தலைமையில் கூடியிருக்கும் அக்கம் பக்கத்துப் பெண்கள் கதையில் கோவிந்தம்மாளும் ஐக்கியம்.

கிட்டத்தட்ட ரெண்டு வருஷத்துக்கு ஒரு முறை பிள்ளை பெற்றாலும் குழந்தைகள் மேல் சலிப்பே கிடையாது.

“போ..போ... சட்டையக் கழட்டிக்கிட்டு வா..” என்று குஞ்சு குளுவான்களிடம் அவள் உத்தரவு போடுவதும், தெருப்பெண்கள் அந்தக் குழந்தையை ஆடையவிழ்த்து விடுவதும் கோவிந்தம்மாள், தொட்டு, உருவி, நெட்டி முறித்து வெற்றிலை வாயால் முத்தமிட்டுக் கொஞ்சி மகிழ்வதும் சாதாரணக் காட்சி. “பல்லு வுழுவுற வரைக்கும் உனக்குத் தீட்டு கெடயாது.. இப்பிடித்தான் கொஞ்சுவேன்” என ஏதோ அந்தக் குழந்தைக்குப் புரியும் என்ற தோரணையில் விளக்குவாள். ஆனால் அவர்களையும் ஆச்சி என்றோ, ஐயா என்றோ

அழைப்பாள்.

சாப்பாடு வந்து சேரவில்லையே எனத் தேடிக்கொண்டு வரும் கோவிந் தனிடம் தெலுங்கில் ஏதோ கத்திவிட்டு, கையிலிருக்கும் உணவுப் பாத்திரத் தைக் கொடுத்து சாப்பிடு என உத்தரவிடுவாள்.

பிறகு ஏதோ வேலை மிச்சமிருப்பதைப் போல அன்று கொஞ்சிக் கொண்டி ருக்கும் குழந்தையிடம் சேட்டை தொடரும். முகத்தைக் கோணி, விதவிதமாகத் தலையாட்டி குரலெழுப்பி சேட்டையோ சேட்டை. “அஹ்ஹா... அஹ்ஹ்ஹ் ஹஹா” எனக் குழந்தை சிரித்தால்தான் அந்த விளையாட்டு நிறைவடையும்.

இதன் நடுவில் அவள் முதுகில் அல்லது மார்பில் சேலையால் இறுக்கிக் கட்டி வைத்திருக்கும் அவளது சொந்தக் குழந்தைக்கும் போனால் போகிற தென இரண்டு முத்தம் கிடைக்கும். “பாரு நைனா... இது முழிக்கிறத” என சமயத்தில் அதையும் கொஞ்சலுக்குத் துணைசேர்ப்பாள்.

ஞாயிறு ஒருநாள் விடுமுறை. திங்கள் காலை வரும்போது கூடுதல் விறு விறுப்பாய் இருக்கும் வேலை.

ஆற்றங்கரையில் இருந்த அவர்களது குடியிருப்பைத் தாண்டிதான் மடத் துக்குப் போகவேண்டும். ஆற்றின் இக்கரையில் புதிய பேருந்து நிலையம் உருவானபோது, தெருப்பெண்களிடம் பேச கோவிந்தம்மாளுக்குப் புதிய கதை கள் இருந்தன. தற்காலிகக் குடியிருப்பு கட்டி வந்திருக்கும் தொழிலாளர்கள், அவர்களது பாடுகள், புதிதாக வந்திருக்கும் மெஷின்கள், சத்தம் போடாமல் அமுக்கப்பட்ட விபத்துகள், சாராயக்கடை பக்கம் உலவும் ஆவி, எதைச் சொன்னாலும் கேட்காத கோவிந்தன்....

குருபூசைக்கு குருபூசை என வருடம் ஒருமுறை மடத்துக்குப் போகும் பாட்டி, குடிசை வீட்டைக் கோவிந்தம்மாள் கல்வீடாக மாற்றியிருந்ததைப் பார்த்து வந்ததிலிருந்து இரவு முழுக்க இதே பேச்சாகத்தான் இருந்தது. மறுநாள் கேட்காவிட்டால் மண்டைவெடித்துவிடாதா...

“சொல்லவேயில்லயே கோயிந்தம்மா... அழவாக் கட்டிட்டியேடி....”

“என்னா ஆச்சி... இது பெரிய சேதியா...”

“அட.... இது இல்லாம வேற என்னா பெரிய சேதி”

“எம்மாம் பெரிய சேதியே சொல்லாம கொள்ளாம அள்ளிக்கொட்டுற பீயோட சேத்து சேத்துத் தள்ளிகிட்டு இருக்கேன்... இது ஒரு பெரிய விசியமா...”

.....

“என்னான்னு கேக்கக் கூடாதா”

“நீதான் சொல்லாம முழுங்குறேன்… தள்ளுறேங்கிற… நா என்னத்தக் கேக்குறது”

“ஓங்ககிட்ட சொல்றதுக்கு என்னா ஆச்சி” என சுருக்குப் பையை அவிழ்த்து வெற்றிலையைத் தேடினாள்.

இந்தப் பக்கமிருந்து வீட்டுக் கொட்டைப்பாக்குத் துண்டு ஒன்று விழுந்தது. எடுத்து அதக்கியவாறே,

“இந்த பெரியகுட்டிய நேத்து கை ஓடிய சாத்திபுட்டான் எங்க ஆளு”

கோவிந்தம்மாள் வெறுப்பாக இருப்பதன் அடையாளத்தைப் புரிந்து கொண்டாள்.

“ஏண்டீ வயசுக்கு வந்த புள்ளைய அடிக்கிற வரக்கீம் நீ எங்க பூ பறிச்சு கிட்டு இருந்தியா”

“அவ செய்ற வேலையக் கேட்டா நீங்களே இந்த காட்டாமணிக் கழியப் பிடுங்கி சாத்தி சாவடிப்பீங்க ஆச்சி. நா புளியமிளாற எடுத்துப் போட்டன் நல்லா”

“என்ன செஞ்சா அவ… அப்பிடி ஒரு கொலைபாதகம் பண்ணிட்டான்னு இவ்ளோ அடிச்சீங்க”

கொட்டைப்பாக்கை நசுக்குவதும் வெற்றிலை கிழிப்பதுமாய் பதிலில்லா மௌனத்தில் சற்று நேரம் கழிந்தது.

“பஸ் சாண்டு (பஸ் ஸ்டாண்டு) வேலக்கி வந்து கொட்டாய் போட்டுட்டு கெடக்குறானுவல்ல…”

“ஆமா.. .இப்ப அதுக்கென்ன”

“இந்த குட்டி அதுல ஒரு பயலோட பேசியிட்டுத் திரியிறா”

“ஒழுங்கா பள்ளியோடத்துக்கு அனுப்புன்னா வருசந்தவறாம புள்ள பெத்து அவள புள்ள வளக்கவும் வேல பாக்கவும் வுட்டுட்டு.. நீங்க ரெண்டு பேரும் இங்க ஊர்கோலம் வந்துர்றீங்க.. ஆமா அவளுக்கு என்னா வயசாச்சு”

“எனக்கென்னா தெரியும் வயசும் களுதையும்.. நீங்கதான் சொல்லுவிய”

“ம்ம்ம்… கோயிந்தன் வேலைக்கி வந்து… ஆச்சு இந்த மாசியோட இருவத்தொரு வருசம்.. அதுக்குப் பின்ன ரெண்டு வருசம் சென்டு உங்க கலியாணம்.. இவதான மூத்தவ… ம்ம் எம் பெரிய பேத்திக்கு நாலு நா பின்னாடி பொறந்தா.. பதினேளு முடியப்போவுதே…. எல்லாம் வயசுக் கோளாறு ..”

“அதுக்காவ…”

“அதுக்காவன்னு முறுக்குனீன்னா ஆச்சா… அவ கையே ஒடிச்சின்னா

சரியாப் போயிருமா?அந்தப்பய எப்பிடி என்னான்னு கேளு.. இந்த கோயிந்தனாட்டம் குடிகாரனா இல்லாட்டி பரவால்லன்னு பேசி கட்டி வெச்சிரு.."

"என்னாது.. கட்டிவெக்கிறதா.. அவென் என்ன சாதி நா என்னா சாதி.. என் ஆடு பாத்தல்ல.. கட்டு செட்டா குடுத்தனம் பண்ணி மானம் மருவாதியா வாள்ந்துகிட்டிருக்கேன்.. சாக்குக் கொட்டாய் கூட சொந்தமா இல்லாத கூட்டத் துல பொண்ணு குடுக்கச் சொல்றியே.. இதே உம் பேத்தியாருந்தா இப்பிடி சொல்வியா ....பொண்ணு குடுக்கறதாம்ல.."

சட்டென்ற அந்த ஆவேசத்தில் அரண்டுபோயோ அதிர்ச்சியடைந்தோ ஆச்சி எழுந்து உள்ளே போய் விட்டாள்.

❖

மறுநாள் கோவிந்தம்மாள் வந்தபோது பாட்டியை நாற்காலியில் சார்த்தி வைத்தாயிற்று. மகள், மருமகள், பங்காளிப் பெண்களை விட கோவிந்தம் மாளின் மாரடியும் ஒப்பாரியும்தான் பெரிதாக இருந்தது. குளிப்பாட்ட முன் வாசலுக்குக் கொண்டுவந்தபோது முகமுழி பார்த்த கணத்தில் கோவிந்தம்மாள் விழுந்து புரண்டது காணச் சகியாத கோலமாக இருந்தது.

காரியத்துக்கு இடைப்பட்ட ஒரு ஞாயிற்றுக் கிழமையில் ஓய்ந்து போனவளாக வந்து வாசல் முன் குத்துக் காலிட்டிருந்த கோவிந்தம்மாளின் கண்கள் பெருகிக்கொண்டே இருந்தன. அத்தை ஆசுவாசப்படுத்த முற்பட் டாள். தன் தாய்க்கு தன்னைவிடப் பெரிதாக இவள் ஒப்புவைத்துக் கவனம் கவர்ந்தது அவளுக்கு ஆச்சர்யமாகவும், என்னப் பெத்த தாயி, என்னப் பெத்த தாயி என்று குமுறியது பொறாமையாகவும் கூட இருந்திருக்கலாம்.

மீந்த பலகாரமும், வெற்றிலை பாக்கும் எடுத்துவந்து வைத்தபடி அம்மாவும் கலந்து கொண்டாள் அந்தப் பேச்சில்...

"ஆச்சியிட்ட நா அப்பிடிப் பேசியிருக்கப்புடாது... அடுத்து எம் மூஞ்சியில முழிக்காமையே போயிட்டாவோ" விசும்பி மூக்குச்சளி துடைத்துக் கொண்டே தான் கோபப்பட்ட கதையைச் சொல்லிக் கொண்டிருந்தாள்.

"செரி செரி... எங்கம்மா காலம் முடிஞ்சிது. படுக்காம கெடக்காம நல்ல படியா பொசுக்குனு போயிட்டுது... அவ்வவ்வோ வாய்ண்ட்டு வந்த வரம்... அது போவுது... உம் பொண்ணு எப்பிடியிருக்கா"

கதை கேட்கும் ஆர்வம் அத்தைக்கு.

"அவ எங்க இருக்கா... போயிட்டா..."

“என்னது ..போயிட்டாளா”

“நேத்திக்கி அந்தக் கூட்டத்தோடையே போயிட்டா... பஸ் சாண்டு வேல முடிஞ்சிருச்சாம். நேத்தி அவனுவோ கௌம்பிட்டானுவோ... இவளயிம் காணும்... அந்தாளு குடியா குடிச்சி வுழுந்து கெடக்குறான். பக்கத்துல பங்காளி சனமுல்லாம் காறித் துப்புது... சொல்லியழுவ இருந்த சென்மத்தயிம் தொலைச்சிப்புட்டேனே பாவி நா ..”

மீண்டும் உச்சகட்ட ஒப்பாரியில் விழுந்து புரண்டு கொண்டிருந்த கோவிந்தம்மாளின் இந்தக் கதை எனக்கு எப்போது தெரிய வந்தது தெரியுமா ..

காதல் மணம் செய்யப்போவதாக வீட்டில் போராடிக்கொண்டிருந்தபோது.

❖

கல்லூரி, வேலை, பெற்றோர் இடப்பெயர்ச்சி என்று ஊரைவிட்டே விலகி வெகுநாளானபோதும் கோவிந்தம்மாள் முகம் எப்போதும் நினைவில் இருந்து வந்தது எனக்கு. இப்போதோ, எப்படியாவது அவளை ஒருமுறை பார்க்க வேண்டும் என்று தோன்றிக் கொண்டே இருக்கிறது.

எங்கள் துறையில் புதிதாகச் சேரவந்திருக்கும் ரமேஷின் சான்றிதழ் சொல்லும் விவரங்கள்படி எனது ஊகம் மட்டும் சரியாக இருந்தால்....

அவ்வளவு சுலபமாக யாரிடமும் பிடிகொடுக்காத ரமேஷிடம் மெல்ல பேச்சுக் கொடுத்து வீட்டு விவரம் கேட்டேன்.

ஆயிற்று.. மிகத் தற்செயலாக வருவதுபோல் ரமேஷ் வீட்டுப்பக்கம் வந்தாயிற்று.

வாசலில் லுங்கியோடு வண்டியைத் துடைத்துக் கொண்டிருந்தவன் முன் னால் மெதுவாக நின்று... “அட..இதுதான் உங்க வீடா.. பக்கத்து அபார்ட் மென்டுல ஒருத்தரப் பாக்க வந்தேன் ரமேஷ்” எனச் சிரித்தேன்.

புன்னகைக்க முயன்று நெளிந்தவனிடம் “என்ன .. வீட்டுக்கெல்லாம் கூப்பிட மாட்டீங்களா ..”

“வாங்க..” கூச்சத்துடன் மாடியேறினான்.

கதவை ஒரு இளம்பெண் வந்து திறந்தாள்.

“அண்ணி... இவங்க எங்க மேடம்”

உள்ளிருந்து ஓடிவந்த குழந்தையின் பின் “யே.. நில்லு. .நில்லு..” எனக் கெஞ்சியவாறு வந்த அந்த மூதாட்டிக்கு என் முகம் ஏதோ சொல்லியிருக்க வேண்டும். நான் பாட்டியின்அச்சு. அப்படியே திகைத்து நின்றிருந்தாள்.

"ஆச்சி...இங்க வாங்க உங்க பேரென்ன.."

நான் அந்தக் குழந்தையைக் கொஞ்சி அழைத்துத் தூக்கியபோது கோவிந்தம்மாளின் அணை உடைந்துவிட்டது.

"யே... ஆச்சி வந்துட்டியா என்னப் பாக்க..." என்று காலை நீட்டித் தரையில் சரிந்தவளைப் போய் இறுக அணைத்துக் கொண்டேன் வளர்ந்தபின் முதன்முறையாக.

இடது பக்க சக்கர மூக்குத்தி கன்னத்தில் கோடிழுக்கிறது பெருகும் கண்ணீரோடு.

சம்பாதனை

◆

வேண்டடத்தக்கது அறிவோய் நீ

வேண்ட முழுவதும் தருவோய் நீ-ன்னு பாடி முடிச்ச எனக்கு இப்படி நடக்கலாமா? அப்படியே பொங்கிப் பொங்கி வருதுங்க... என்ன விஷயமா... இருங்க இருங்க... இந்த நம்பர் உடனே வேலை செய்யுது... உலக மகா அதிசயமா.. .வேலைய முடிச்சுட்டு வர்றேன் ..

அட... ஆமாம்மா.. ரோபோ மாதிரி பேசாதே.. இப்பவும் ஒரு கார்டு ஒரு கணக்குன்னுதான் வாழறேன்... அதே நம்பர்தான்... அதே கார்டுதான்... ப்ளாக் பண்ணுங்க... நன்றி..

ம்ம்... அப்பாடா... டோல் ப்ரீ நம்பர்ல வேலைய முடிக்கிறதே பெரிய சாகசம் தான்... அது சிக்கலில்லாம முடிஞ்சதுதான் இன்னிக்கு ஒரே அதிர்ஷ்டம்....

சரி.. எங்க விட்டேன்... என்னது தொடங்கவேயில்லியா... இந்த சோகக் கதைய இதுவரைக்கும் பத்துப் பன்னண்டு தடவ சொல்லிட்டதால உங்ககிட்ட சொல்லாதது மறந்து போச்சு....

இருங்க... ரெண்டு நாளா நல்ல காய்ச்சல்.. உடம்பு வலி.. அத்தோடதான் லீவு போடமுடியாம இப்பிடி சுத்திகிட்டிருந்தேன்... மாய்ஞ்சு மாய்ஞ்சு வேல செஞ்சதுக்கு கை மேல பலன்...

கைமேல என்ன... கைல இருந்தது இல்லாமப் போனதுதான் பலன்...

என்ன இப்பிடி புருவத்தை நெரிக்குறீங்க... புரியலியா... சரிசரி... முழுசாவே சொல்றேன்... நான் ரேடியோவில வேலை பாக்குறதுதான் உங்களுக்குத் தெரியுமே...

இன்னிக்கு வில்லியனூர் கோயில் கும்பாபிஷேகத்துல நேர்முக வர்ணனை தந்தது கூட உங்களுக்குத் தெரியுமே... என்னது முகநூலில பார்த்தீங்களா... அது போட்டோங்க... வர்ணனை ரேடியோவுல. அதுவும் மத்திய அலைவரிசை...

புரியுது புரியுது... உங்க பார்வையே சொல்லுது... கேக்கலன்னு... நீங்கல்லாம் மொபைல் ஹெட்போன் ஆளுங்க... அது தனிப்பிரச்னை... என் பிரச்னை என்னவா... சுருக்கமா சொன்னா எதுவும் இல்ல...

❖

பிரச்னை எதுவும் இல்லன்னு சொல்லலீங்க... சிரிக்காதீங்க... என் கையில எதுவும் இல்லீங்க... எல்லாமே அவன் கைலதான்னு எனக்கும் தெரியுங்க... அதைத்தானே மாஞ்சி மாஞ்சி பேசினேன். பேசி முடிச்சதும் பார்த்தா காலுக்குக் கீழே இருந்த பையக் காணோம்... காலுக்குக் கீழன்னா... ஒரு நாலு அடி தள்ளின்னு வெச்சுக்கலாம்... அங்க ஏன் வெச்சேனா... உங்களுக்கு முழுசா சொன்னாதான் புரியும்...

❖

நேர்முக வர்ணனைன்னா... கோயில் விதானத்துக்குப் போகணும்... எங்க நின்னு பாத்தா கோபுரம், சன்னதி எல்லாம் நல்லாத் தெரியும்னு தேர்ந்தெடுத்து வெச்சுக்கணும்... அதெல்லாம் நேத்து ராத்திரியே வந்து பாத்துட்டுப் போயிட்டோம்... இரும்புப் படியில ஏறக்கூடாதுன்னு போட்டு வெச்சிருந்த மரப்பலகைல குறுக்கு மறுக்கா வளைஞ்சி நெளிஞ்சி ஏறிப்போய் பாத்துட்டு வந்தாலும்... காலைல ரெண்டு மணி நேரம் முன்னாடியே வந்து கூட்டம் கம்மியா இருக்குற இடமாப் பாத்து உக்காந்தாச்சு...

மூலஸ்தான சன்னதிக்குப் பக்கத்துல காலைத் தொங்கப் போட்டு உக்கார முற்றம் மாதிரி இருந்தது வசதியா இருந்தது. வசதியான்னா அப்பிடியே உக்கார முடியல... மற்ற கோபுர நிலவரம் பார்க்கணும்... முக்கியஸ்தர்கள் வர்ற வழியப் பாக்கணும்... கடம் புறப்பாடாகி மேல வந்துருச்சா... வாத்திய கோஷ்டி எங்க நிக்குது அர்ச்சகர்கள் சாரத்துல ஏறினாங்களா எல்லாம் கவனிக்கணுமே... நின்னோம்... நடந்தோம்... எல்லாம்... இந்தப் பக்கம்... அந்தப் பக்கம் நாலடிக் குள்ளயே... பைய அப்பிடியே தொட்டி முற்ற மூலைல சாத்தி வெச்சிருந்தேன்...

அந்த பாஸ் இந்த பாஸ்னு விதானத்து மேல கூட்டம் ஏறினாலும் எல்லாரும் முன் மண்டபம், ராஜகோபுரம் பக்கம்தான்... இந்தப் பக்கம் நாலுபேர், ரெண்டுபேர்தான் வந்தாங்க... ஆச்சு...

நேரடி ஒலிபரப்பு தொடங்கியாச்சுன்னா சாமி வந்தமாதிரிதான்...

ரெண்டு அடி தள்ளி கையில வானொலிப் பெட்டிய வெச்சுகிட்டு ஒலி பரப்பைக் கண்காணிச்சுகிட்டு இருந்த நண்பர் மெதுவா கிட்டே வந்து பாட்டு போடச் சொல்லுங்கன்னு ஜாடை காட்டினார். ஒரு பக்திப் பாடலின் இடை வெளியில் மீண்டும் தரிசிப்போம்னு விட்டப்ப கூட பாத்தேன்... பை அங்கயே தான் இருந்துச்சு... ரெண்டே நிமிஷம்... திரும்ப ஆரம்பிச்சு வர்ணனை போயிட்டே இருக்கு... நடுவுல கொஞ்சம் இளவட்டப் பசங்க குறுக்கும் நெடுக்குமா ஓடியாந்தாங்க... அவங்க உற்சாகக் குரல்கள் ஒலிபரப்புல

இடைஞ்சல் பண்ணுமேன்னு கொஞ்சம் அப்பிடி இப்பிடி நகர்ந்து நகர்ந்து பேசிக்கிட்டு இருந்தேன்...

திருக்காமீசனே சரணம்னு பிரிண்ட் பண்ணின துண்டைக் கட்டிக்கிட்டு ஒரு பெரியவர் இந்தம்மா மொபைல் போன்ல யாரிட்ட வில்லியனூர் புராணம், கோயில் கதை, எல்லாத்தையும் இங்க நின்னு சொல்லிக்கிட்டு இருக்குன்னு பாத்துகிட்டே நான் நடக்க நடக்க சுத்தி சுத்தி வந்து வேடிக்கை பாக்குறாரு....

கும்பாபிஷேகம் முடிஞ்சு விதானத்துல நிக்கிறவங்க மேல புனிதநீர் தெளிக்க, கீழ பிரகாரம், கோயில் மாடவீதின்னு நிக்கிற மக்கள் மேல இங்க இருக்கவங்க குழாய் வழியா தெளிக்க... எல்லாம் சொல்லிகிட்டே வந்து அதே வேகத்துல "நிலையம் திரும்புகிறோம்" முடிச்சுட்டுப் பாக்குறேன் பையக் காணோம்...

அவ்ளோதான்... பக்தி... பரவசம்... நெகிழ்ச்சி எல்லாம் வடிஞ்சி... எரிச்சல்... ஆற்றாமை... கோபம்...

அப்பிடி என்னதான் இருந்துச்சு பையில...

தண்ணீர் பாட்டில், பசிக்கு இருக்கட்டுமேன்னு பிஸ்கட் பாக்கெட் ஒண்ணு, கடைசி நேரம் கார்ல வரும் போது ஏதாவது பாயிண்ட் பாக்கலாமேன்னு எடுத்துப் போட்ட புத்தகம் ஒண்ணு... பர்ஸூ...

"பணம் ரொம்ப வெச்சிருந்தீங்களா..."

அறுநூறு,.. எழுநூறு இருக்கும்... ஐயோ ஏ டி எம் கார்டு வேற இருந்துச்சு சார்...

"அதெல்லாம் எடுத்துட்டு வரணுமா..."

இல்ல... பர்சுலதான் வெச்சிருப்பேன்... வெளியில வரோம் எதாச்சும் வேணும்னா...

"சரி அப்புறம்....."

அப்புறம்... வீட்டு சாவி இருந்துச்சு சார்....

"அதெல்லாம் ஏங்க இங்க எடுத்துகிட்டு வரணும்...."

யோவ்... வீட்டு சாவி கைல வெச்சுக்காம... தலைய சுத்தி தூக்கிப் போட் டுட்டா வரமுடியும்... மனசுக்குள்தான் பல்லைக் கடிக்க முடிந்தது. கேள்வி கேட்ட நண்பர் அதிகாரியும் கூட....

தீபாராதனை முடித்து சிவாச்சாரியார் சுற்றிவர பக்கத்தில் வேடிக்கை பார்த்துக் கொண்டு இருந்தவர்கள் அங்கே விரைந்தார்கள். நண்பருக்கோ என்னை விட்டு நகரவும் தயக்கம்....

பிச்சியைப் போல் போகிறவர் வருகிறவர் கையிலெல்லாம் அந்த களிப் பாக்கு நிறப் பை தட்டுப்படுகிறதா என்று வெறுமனே பார்த்துக் கொண்டிருந் தேன். வழக்கமான ஹேண்ட்பேக் தவிர்த்து தண்ணீர் பாட்டில் வைக்க வசதியாக எடுத்து வந்த கல்யாண வீட்டுப் பை அது. அதுகூட நெருங்கிய நண்பர் தந்த நல்ல தரமான பை. மணமக்கள் நன்றி இத்யாதி விவரங்களை வெளியில் அடிக்காமல் உட்புறத்தில் சிறு துண்டில் இணைத்திருந்தார்கள்...

"பை உங்களுதுன்னு கண்டுபிடிக்கிற மாதிரி ஏதாச்சும் இருந்துச்சா... அட்ரஸ்.. அது மாதிரி..." நண்பரை நிறைய யோசிக்க விட்டிருந்தேன்... கூட்டம் குறைந்திருக்கா திருநீறு வாங்கப் போகலாமா என்பதுபோல அங்கொரு கண் வைத்தபடி தவிப்பில் இருந்தார்...

அடையாள அட்டை கழுத்தில் இருக்கு... வாட்சப்பில் ஒரு அட்ட வணையைப் பார்க்க வேண்டி இருந்ததால் கண்ணாடி எடுத்தாச்சு... கூடுதான் இருக்கும்...

இரும்புப் படிகளுக்குப் பிடியாகக் கயிறு பிணைத்திருந்த சவுக்குக் கட்டை களைப் பிடித்தபடி இப்போதாவது விதானத்தில் ஏறிவிடத்துடித்து நெருக்கிக் கொண்டிருந்தது கூட்டம். கும்பாபிஷேக தருணத்தில் மேலே இருந்து வணங்கி விட்ட திருப்தியில் வெயிலைவிட்டுத் தப்பிக்க விரும்பி இறங்கத் துடித்த மக்கள் மேலே.

இரு பக்கத்தையும் சமாளித்து அனுப்பிக் கொண்டிருந்தனர் காவலர். பாதிப் பேருக்கு மேல் நான் தொலைத்த ரகப் பையை தண்ணீர் பாட்டில் முண்ட மாட்டிக்கொண்டிருந்தார்கள். அந்தப் பைகள் மேலேயே கண்கள் தாவ வெறுமையாய்ப் பார்த்தபடி சற்று நேரம் கழிந்தது.

"இந்தப் போலீஸ்காரர்கிட்ட வேணா சொல்லிப் பாப்பமா"

ஓடிப்போய் திருநீறு வாங்கிக் கொண்டு திரும்பியிருந்த நண்பர் மெல்லக் கேட்டார்.

"நம்ப கண் முன்னாடியிருந்து தட்டியிருக்காங்க... அவர்கிட்ட சொல்லி என்ன சார் பலன்... வாங்க போவோம்..."

அவருக்கும் அடுத்த நகர்வு வேண்டியிருந்ததுபோல. இறங்கும் வரிசைக் குப் போய்விட்டோம். இயந்திரம்போல நடந்தாலும் கண்கள் பை பையாகப் பார்த்தபடியே...

முண்டியடித்து நெருக்கிய கூட்டத்தோடு கிழக்கு கோபுரம்வரைப் போனால், நெரிசல் அதிகம் எனத் திருப்பி விட்டுக் கொண்டிருந்தார்கள். வந்த வழியே அவ்வளவு கூட்டத்தோடும் திரும்பி நெரிசல்... தெற்கு கோபுரம்

நுழைந்து... எங்கே வாகனம் நிற்கிறது, இது என்ன இடம் எதுவும் தோன்ற வில்லை. கையை விடாமல் நகரும் பிள்ளை போல நண்பர் பின்னே போய்க் கொண்டிருந்தேன்.

வண்ணக் குங்குமம், சிறு விளையாட்டுப் பொருட்கள், அவல் பொரி பாக்கெட்டுகள், என்னென்னவோ வரிசையாய்க் கடைகள்... மக்கள் அவரவர் பைகளைப் பத்திரமாய்ப் பிடித்தபடிதான் போகிறார்கள். யாகசாலையை வணங்கும்போதும் கையில் தண்ணீர் பாட்டில் முண்டும் கல்யாணப் பையை இடுக்கிக்கொண்டுதான் கும்பிடு போடுகிறார்கள். என்னைப்போல யாரும் இல்லை... குறிப்பு நோட்டும் மொபைலும் மட்டும் ஏந்தி நடந்த என் பின்னால் வியாபாரிகளின் குரல்கள் துரத்துகின்றன.

காதற்ற ஊசியும் வாராது காண் கடைவழிக்கேன்னு கத்துக் கொடுக்குறியா காமீசா....

வாகனம் தேடி ஏறி உட்கார்ந்தபின்தான் மீனா அழைத்தாள். ஒலிபரப்பு முடிந்த விதம் குறித்து சுருக்கமாகப் பேசிவிட்டு புலம்பலை ஆரம்பித்தேன். கொஞ்சம் விட்ட மீனா இடைமறித்தாள்.

“கிடைக்கும் மேடம்... கட்டாயம் கிடைக்கும்... பிள்ளையார் கோயில் கும்பாபிஷேகத்தப்போ நடந்த மாதிரி...”

“போ மீனா... அது வேற கதை... இப்ப சான்சே இல்ல...”

அது என்ன கதைங்கறீங்களா....

இப்படித்தான் போன வருஷம் பிள்ளையார் கோயில் கும்பாபிஷேகம்... வர்ணனை... அப்ப டீம் பெரிசு... தொழில்நுட்பக் குழுவும் உண்டு... நல்லபடியா முடிஞ்ச திருப்தியில வர்ற வழியில இறங்கி சமோசா, டீ...

அன்னிக்கும் மீனாதான் ட்யூட்டி. கிளம்பி தெருமுனையில் அவ கணவர் வரதுக்காக நின்னுகிட்டிருந்தா... வண்டிய நிறுத்தச் சொல்லி அவகிட்ட நிகழ்ச்சி நல்லபடியா முடிஞ்ச மகிழ்ச்சியில நாலு வார்த்தை பேசிட்டு கிளம்பினோம்... அலுவலகம் போய் உட்காரல... மீனாகிட்டேயிருந்து போன்.

“மேடம் உங்க பர்ஸ் இருக்கா பாருங்க...”

“இருக்க்....குமே ... அட.... ஐயோ ஹான்ட்பாகில இல்லை மீனா...”

“இங்க ஒருத்தர் உங்களுதான்னு கேட்டாரு... இல்லேன்னுட்டேன்... இருங்க நா அப்புறம் பேசறேன்...” என்றபடியே அவள் கணவரிடம் “ஏங்க அவரு எந்தப்பக்கம் போனாரு...” என்பது அலைபேசி இணைப்பு முடியு முன்பே கேட்டது காதில் விழுந்தது.

வெறுமை சூழ்ந்துவிட்டது. முக்கிய தேவைக்காக நேற்றிரவு எடுத்த

ஐயாயிரத்தில் இந்த சமோசா... டீ... ம்..கொய்யாப்பழம் வாங்கினது. அது தவிர மிச்சமும் கார்டும் போச்சா... எப்படி ...

கடையிலிருந்து வண்டி ஏறுகையில் கைப்பையினுள் போடாமல் மடியில் வைத்திருந்த பர்ஸ், மீனாவிடம் பேச ஜீப்பின் கதவைத் திறந்தபோது நழுவி யிருக்க வேண்டும்... மீனாவும் அவள் கணவரும் ஒரு திசையில் போக, எங்கள் அலுவலக டிரைவர் இன்னொரு பக்கம் போனார்... விடுமுறை நாள்... பெரிதாய் கூட்டமிருக்காது... கண்டுபிடித்துவிடலாம் என்று மற்றவர்கள் சொல்லிக் கொண்டிருக்கும்போதே பயனில்லை என்று இரு பக்கமிருந்தும் போன்.

நம்பிக்கையிழந்து புலம்பிக் கொண்டிருந்தேன். நல்லாத்தானே வேலை செஞ்சேன்... இந்தப் பிள்ளையார் ஏன் எனக்கு இப்படி ஒரு தண்டனை தரணும்...

கடைசி ஊகமாக எங்கள் அலுவலகத்துக்கு முந்தைய தெருவில் தன் கணவர் திரும்பியிருப்பதாகச் சொன்னாள் மீனா.

வேறொரு எண்ணிலிருந்து அழைப்பு... பேசியது ராமசாமி... மீனாவின் கணவர்... "மேடம்... அந்த நண்பர் உங்களை பார்க்கத்தான் இதோ கிளம்பிக் கிட்டிருக்காரு... இதோ அவர்கிட்டே பேசுங்க..."

யாரு அந்த நண்பர்... ஒண்ணும் விளங்கல...

"வணக்கம் மேடம்... குரும்பாபட்டுக்கு தான் கிளம்பிகிட்டிருக்கேன்..."

"வணக்கங்க..." எதுக்கு இவரு அங்கே போறாரு....

"பர்ஸ் கீழ கிடந்ததைப் பாத்து எடுத்தேன் மேடம். அங்க நின்னவங்க கிட்ட உங்களுதான்னு கேட்டேன். இல்லேன்னுட்டாங்க. நான் அவசரமா வர வேண்டியிருந்துது. அதான் வீட்டுல வந்து பிரிச்சுப் பார்த்தேன். காலச்சுவடு சந்தா கட்டியிருக்கீங்க ரசீதுல உங்க வீட்டு முகவரி இருந்துச்சி. அதான் நேர்லயே வந்து குடுத்துறலாம்னு கிளம்பறேன். அதுக்குள்ளே வாசல்ல நின்ன வண்டி அடையாளம் பாத்து இவரு வந்துட்டாரு."

"ரொம்ப நன்றிங்க.. .அவரு எங்க குடும்ப நண்பர்தான்... அவர்கிட்டே நீங்க தரலாம்..."

இந்தக் கதையதான் மீனா சொன்னாள்.

அந்த இடம்... சந்தர்ப்பம் எல்லாம் வேற... எடுத்தவர் என் ரசிகர்னு வேற சொன்னாரு... இங்க... சான்சே இல்ல... அந்தக் கூட்டத்துல முட்டி மோதி வண்டிக்கு வரவே ஒருவழியாயிடுச்சி. யாரு தேடிக் கொண்டுவரப் போறாங்க. நமக்குன்னு ஏங்க இப்படியா வரணும்... மத்தவங்க பாத்துக்குவாங்கன்னு நெனச் சது என் தப்புதான். அந்தக் காமீசனே பாத்துக்கல.... ரெண்டு நாள் முன்னாடி

கூட சென்னைல அந்த ஜோல்னாப்பை வாங்கனும்னு சொன்னேன். ராஜிதான் அது வேணாம்னா. குவாலிட்டி இருக்காதுன்னு...

குவாலிட்டியாவது மண்ணாங்கட்டியாவது... தோள்ல மாட்டிக்கிற மாதிரி இருந்திருந்தா கீழ வச்சுருந்திருக்க மாட்டேன்... ம்... போனது போனதுதான்... ஏ டி எம் கார்டு பிளாக் பண்ணியாச்சு... புதுசு எழுதிக் கொடுக்கணும்...

ஆனா... எனக்குன்னு ஏங்க இப்படி நடக்கணும்... எல்லாம் பாடம் அது இதுன்னு அட்வைஸ் பண்ணாதீங்க... எரிச்சலா வருது... இருங்க போன் அடிக்குது. பேசிட்டு வந்து புலம்பறேன்...

....

வணக்கம் சார்... நான்தான் பேசறேன்...

"நாங்க வில்லியனூர் கோயில் அவுட் போஸ்ட்ல இருந்து பேசறோம் மேடம்... இங்க ஒரு பை கெடச்சிருக்கு... அதுல உங்க விசிட்டிங் கார்ட் இருந்துது..."

சில்லுக்கட்டம்

◆

"நா முன்னயே சொன்னனா இல்லியா"

சுப்பு மாமா எல்லாவற்றையும் முன்னரே சொல்லிவிடுவார். அதாவது சொன்னதாகச் சொல்லிவிடுவார். ஆனால், இது அப்படியில்லை. சொன்னார் தான். சொல்லிவிட்டால் மட்டும் என்ன செய்துவிட முடியும். சொல்பவர்கள் செய்யவேண்டிய இடத்தில் இருந்தால்தானே புரியும்.

கார்த்தி பெஞ்சிலிருந்து எழுந்து ஒற்றை சோபாவில் உட்கார்ந்து கொண் டான். ஏதோ ஒரு மாறுதல்!

"என்ன தம்பி... மாமா சொல்றதுக்குப் பதிலே சொல்லாம இருந்தா என்ன அர்த்தம்... இன்னிக்கு ராத்திரிக்குள்ள பதில் சொல்றேன்னு சொல்லியிருக்கு பொண்ணு வீட்ல..! பாப்பா வரதுக்குள்ள நாங்களும் வீட்டுக்குப் போவணும்ல..." அடுக்கிக் கொண்டே போனாள் சுந்தரி அக்கா.

வீட்டுக்குப் பெரியவளாகப் பிறந்தோம். மூன்று சோதரிகளுக்குப் பின் தவமிருந்து பிறந்த தம்பியின் வாழ்வை எப்படியாவது சீர் செய்து விட வேண்டுமென்ற துடிப்பு அவளுக்கு.

கார்த்தி அந்த ஒற்றை சோபாவின் பக்கத் திண்டே மொத்த ஆதாரம்போல் சாய்ந்து கிடந்தான்.

"சரி கார்த்தி... போவட்டும்... ஒனக்கும் ரெண்டு நாளு டைம் கெடச்சா மாறியிருக்கும்... அவுங்ககிட்ட நாள் சரியில்லன்னு சொல்லிக்கிறேன்... ஆனா... இதத் தவிர வேற வழியில்லங்கிறத மட்டும் புரிஞ்சிக்க... இந்த எடம்னு இல்ல... வேற எங்க பாத்தாலும் இது முட்டுக்கட்டதா... நீ தம்பின்னா... நா மாமா... எனக்கும் கஷ்டந்தான்... ஆனா... இது விதி... என்ன செய்ய... எத்தினி வாழ்க் கைய வீணாக்குறது..."

ரெண்டுநாள்... ஹா...

"சரி மாமா... ரெண்டு நாளைக்குள்ள சொல்லிருவோம்... நீங்க பொறப் புடுங்க..."

தனக்கும் கடை திறக்கவேண்டிய நேரம் வந்துவிட்டதை நினைத்துக் கொண்டு தற்காலிக முற்றுப்புள்ளி வைத்து எழுந்தான் கார்த்தி. மூவரும் அம்மாவிடம் கதவைச் சார்த்திக்கொள்ளச் சொல்லி வெளியில் இறங்கியபோது வேலியைத் திறந்து கொண்டு நுழைந்தாள் ராணி. சில்லு விளையாடிவிட்டு வருகிறாள் போல. புடவை தூக்கிச் செருகப்பட்டிருந்தது. மற்ற நேரமா யிருந்தால் ஆளாளுக்குக் குதறி எடுத்திருக்கக் கூடும். இப்போது அவள் வீட்டில் இல்லாதிருந்தது வசதியானது.

"கௌம்பிட்டியாக்கா... அடுத்தவாட்டி வர்றப்ப ஏதாச்சும் புஸ்தகம் கொண்டு வரியா"

"ம்ம்... சரி மணியாச்சி.. .வர்றேன்.."

நடுவுள்ளவள் என்றே சொல்லப்பட்ட ராணியும் இதுபோல் வந்துபோய்க் கொண்டுதான் இருந்தாள். இப்படி டவுன் பஸ்ஸில் வந்து போகும் தூரமில்லை. ராணிப்பேட்டை, கடலூர், வேலூர் என்று அவள் கணவனுக்கு உத்தியோக மாறுதல் இருந்தது. மத்திய அரசு ஊழியன். கடைசியாக வேலூரில் நான்கைந்து வருடங்களாக நிலை கொண்டிருந்தான். கோடை விடுமுறைகளில் ராணி பிள்ளைகளோடு வருவது ஒரு சடங்கு மாதிரி நடக்கும். அப்போது சுந்தரி வீட்டுக்கும் சிலநாள் போவதுண்டு. இடையில் மிக நெருங்கிய உறவு விசேஷ மானாலும் அவள் கணவன் மட்டுமே வருவான். பிள்ளைகள் பள்ளிக்கூடம் செல்வதால் அவள் வர முடிவதில்லை. ராணியைக் கட்டிக் கொடுத்தது காட்டுமன்னார்கோயிலில். மாமியார் மட்டும் அங்கு இருந்தாள். மூத்தது பெண். இளையது ஆண்.

சுந்தரி மாமாவையே கட்டிக்கொண்டு பக்கத்தில் மணலியிலேயே குடி யேறியவள். நினைத்தால் வரலாம் போகலாம். மூன்றாமவள் சங்கரியைக் கட்டியவன் ஹைதராபாத், பெங்களூர் எனச் சுற்றிக் கொண்டிருந்தான். திருத் துறைப்பூண்டி ஏன் இவ்வளவு பொந்தில் இருக்கிறது என அவன் எரிச்சல் படுவான். எனவே அவள் வருகை வெகு அபூர்வம்.

மூவருக்கும் பிறகு ஆறேழுவருட இடைவெளியில் பிறந்த கார்த்தி அப்பாவுக்குப் பிறகு உரக்கடை நிர்வாகம் பார்க்க ஆரம்பித்தான். நிலம் வழக்கம்போல் தாய்மாமனும் மூத்த மாப்பிள்ளையுமான சுப்புவின் பராமரிப் பில் இருந்தது. யாவும் சுபம்.

கார்த்தியின் முதல் கல்யாணம் கூடக் கோலாகலமாகத்தான் நடந்தது. சுப்பு மாமா ஏற்பாட்டில் ஆலத்தம்பாடியிலிருந்து மாலா மருமகளாக வந்தாள். வெகு நாட்களுக்குப் பிறகு சகோதரிகள் மூன்று பேரும் தத்தம் குடும்பங்களோடு

வந்திறங்கி தம்பி கல்யாணத்தைக் கொண்டாடினார்கள். ஒரு மாதம் கீற்றுப் பந்தல் பிரிக்காமல் கிடந்தது.

கார்த்தியும் மாலாவும் ஒரு சுற்று எல்லோர் வீட்டுக்கும் விருந்துக்குப் போய் வந்தார்கள். எல்லோரும் இயல்பு வாழ்க்கைக்குத் திரும்பிய இரண்டரை மாதத்தில் ஒரு அதிகாலையில் அய்யன் குளக்கரையில் மாலா செத்துப் போனாள்.

"ஊட்டுக்குள்ள குளியல் ரூம்பு இருக்கு... கொளத்தாங்கரைல என்ன வேலங்கிறன்..."

"அவ்ளோ வெடியாலைல எதுக்குங்குறன் போவணும்..."

"மருமொவளோட காமாச்சியும் போன மாறி சொல்றாவொளே... ஒனக்குத் தெரியுமாந்த .."

"குறுக்க கட்டுன பாவாடயோட அந்தப் பொண்ணு கெடந்த கோலம் பாக்க சகிக்கலங்கிறன்...."

"பொண்ணப் பெத்தவளுக்கு மூள கலங்கிப் போச்சாம்ல..."

"காமாச்சி அழுவுறாளா..."

"அந்தப் பொம்பிள ஆளையே காணும்... போலீசு புடிச்சிட்டுப் போயிட்டுங் கிறாங்க... இல்லைங்கிறாங்க... பொணத்தக் கொண்ணாந்து வெச்சதுந் தெரியில எடுத்ததுந் தெரியில... ஒரு எட்டு பாத்துட்டு ஓடியாந்துட்டேன்... அய்யய்யே வவுத்தெரிச்ச கூத்து பாக்க சகிக்கல..."

"ந்தா... என்னமோ அப்பிடியாயிரும்... இப்பிடியாயிரும்... காமாச்சியையும் அவ மொவனையும் செயில்ல போட்டுருவாவோ... தூக்குல போட்டுருவாவோ அத்திரி பாச்சான்னீங்க... என்னா நடந்துச்சி பாத்தியள்ள.."

"அதெல்லாம் அந்த மூத்த மாப்புள கிங்கரன்ல... செய்யவேண்டியது செஞ்சி... பாக்க வேண்டியவொள பாத்து அக்கச்சியையும் மருமொவனையும் சேதாரமில்லாம பாத்துட்டான்ல.."

"ஏந் தெய்வான... உங்கூட்டுக்காரரும் அந்த மணலிக்காரனோட இது விசியமா போயி வந்தாரு போலருக்கு... ஒனக்கு எதுவுந் தெரியாமயா இருக் கும்..."

"எங்கூட்டு ஆம்பளதான... சொல்லிட்டுதான் மறுவேல பாக்கும்... பல்லக் கிட்டினாலும் ஒரு சேதி பேறாது தெரியும்ல..."

"அட வுடுங்குறன்... நமக்கென்ன சோத்துக்கு ஆவப் போவுதா கொளம்புக்கு ஆவப்போவுதா... அவ்வோ ஊட்டு கதயப் பேசி... பொண்ணப் பெத்தவொளே ஒண்ணும் பேசாம ஒதுங்கிப் போயிட்டாவோ ...."

“யாரோ சொன்னாவோ... அந்தப் பொண்ணுக்கு வலுப்பு வருமாம். அத மறச்சி வெச்சி கட்டி வுட்டுட்டானுவ போலருக்கு... அதான் எதுத்து வம்பு வழக்குன்னு போவாம ஒதுங்கிக் கிட்டாவோன்னு...”

“கிண்ணம் கரண்டியிலேருந்து மாப்பிளக்கி வாங்கிக் குடுத்த டிவியெஸ் வரைக்கும் சப்ஜாடா வண்டியில ஏத்தி ஆலத்தம்பாடியில கொண்டோய் எறக்கிட்டான்ல மாமங்காரன்... அப்பொறம் ஏன் பேசப் போறாவோ...”

காமாட்சி எந்த நாளிலும் யாரோடும் நின்று ஒரு வார்த்தை பேசியதில்லை. வந்த நாளிலிருந்து அது அடைத்த கதவம்தான். தாளிட்ட கதவுக்குள்தான் வாழ்ந்தது... வளர்த்தது எல்லாம்...

பக்கத்து வீடே ஆனாலும் சாவு வாழ்வில் பத்து நிமிடம் எட்டிப் பார்த்து விட்டு வருவாள். அவ்வளவுதான்.

“அந்த நாள்ளேருந்தே ஒரக்கட சம்பாத்தியம்கிற ராங்கி... வேற என்ன...”

“அட என்னாதான் இருக்கட்டும்... இவ்ளோ பெரிய இடி வுழுந்துருக்கு... ஒரு நேரம் இல்லாட்டி ஒரு நேரம்... ஒருத்தர் இல்லாட்டி இன்னொருத்தர்ட்ட... இப்பிடி ஆயிப் போச்சேன்னு வாயவுட்டுப் பொலம்பக் கூடவா மாட்டா மவராசி...”

“வுடுங்குறன்... அது என்னமோ அவ பொறவிக் கொணம்... நமக்கென்ன திங்கிற சோத்துல மண்ணையா அள்ளி வெச்சா... என்னமோ கஷ்டகாலம் பாவம்... வரம் வாங்கிப் பெத்த மொவன் வாழ்க்க இப்பிடி ஆயிருச்சேன்னு இருக்காதா... இத்தினி காலமும் இல்லாம இப்ப கூப்ட்டு வெச்சா பொலம்பப் போறா...”

மாலாவைத் தெருவே மறக்கத் தொடங்கியிருந்த ஒரு நாளில் தனியாக வந்து சேர்ந்தாள் ராணி.

❖

பெரும்பாலும் ரயிலில் முன்பதிவு செய்து அதுவும் கடைக்குத் தொலை பேசியில் தெரிவித்துவிட்டு, கணவன் இல்லாவிடிலும் குழந்தைகளை மட்டு மாவது அழைத்துக்கொண்டு வருவதே ராணி வழக்கம். அரையாண்டுத் தேர்வுகள் நடைபெறும் டிசம்பரில் ஒன்றும் சொல்லாமல், மாறி மாறிப் பேருந்து பிடித்து தனியாக வந்து இறங்கியது அதிசயமாகத்தான் இருந்தது.

ஆனாலும், ஏன் எதற்கு என கார்த்தியோ காமாட்சியோ எதுவும் கேட்க வில்லை. அவளும் ஒன்றும் சொல்லவில்லை. மாலாவின் இறப்பு வழக்கத்தை விட வீட்டை இயந்திர கதியாக்கி இருந்தது. மறுநாள் மாலை சுப்பு மாமா வந்த போதுதான் தெரிந்தது. ராணியின் கணவன் அவளை வீட்டைவிட்டு அனுப்பி

விட்டான். அனுப்பி வைத்து இரண்டு நாளாகியும் சத்தமே இல்லாதிருக்கவே அவனே தன் தாய் மூலம் சுப்பு வீட்டை அழைத்து தகவல் சொல்லிவிட்டான். சுந்தரி இந்தப் பக்கம் விம்மி வெடிக்க அதற்குச் சற்றும் குறையாமல் அந்தக் கிழவி அந்தப் பக்கம் விம்மியிருக்கிறாள்.

"நா என்னம்மா செய்யிறது... சோத்துக்கு இவன் கைய எதிர்பார்த்துட்டு கெடக்கேன். கௌம்பி வாம்மான்னான்... சாதாரணமா வந்தேன்... இவ பையோட கௌம்பி ஒக்காந்துருக்கா... இவள அவுங்க வீட்டுக்கு அனுப்பிடப் போறேன்... நீதான் இன்னமே பசங்களப் பாத்துக்கனும்னு குண்டத் தூக்கிப் போடறாம்மா... என்னடா... இப்பிடி சொல்றே... சண்டையா... வம்பா... என்ன ஏதுன்னு... எவ்வுளவோ கேட்டுப் பாத்துட்டேன்... பதிலே இல்ல... உந் தங்கச்சியும் மொகத்த மூடிட்டு அழுதாளே ஒழிய பதில் கெடயாது... நா வந்த பத்தே நிமிசத்துல இன்னது இனியதுன்னு ஒண்ணுஞ்சொல்லாம கௌம்பிப் போயிட்டா... நண்டுஞ் சிண்டுமா ரெண்டுங்கெட்டான் புள்ளங்கள வெச்சிகிட்டு நா என்ன செய்யிறது... புள்ள வளக்குற வயசா எனக்கு... அதுவோளுக்கும் ஒண்ணும் சொல்லத் தெரியில... நீங்கதான் யாராச்சும் பேசி இதுக்கு வாவு வழி பண்ணனும்...." மகன் நகர்ந்துவிட்டான் போலும் தொலைபேசி இணைத்துக் கொடுத்து விட்டு.

பருவமடையும் வயதில் இருக்கும் பெண்குழந்தை, இன்னும் சிறியவனான பையன் இருவரையும் வைத்துக் கொண்டு ராணியை ஏன் வீட்டைவிட்டு அனுப்பினான்? யார்மேல் குற்றம்... என்ன சண்டை...?

இந்த நிமிடம் வரை ஒருவருக்கும் தெரியாது. இரண்டு மூன்று முறை சுப்புவும் கார்த்தியும் வேலூர் போய் வந்தார்கள். வீட்டைத் தவிர்த்து வெளியில் அழைத்துப்போய் பேசி அனுப்பிவிடுவான். பேசி என்பதுகூடத் தவறு. இவர்கள் பேசுவார்கள். அவன் கல்லுப்போல நின்றுவிட்டுப் போய்விடுவான். ராணியையும் அழைத்துப் போகலாம் என்றாள் சுந்தரி. அவளோ பதிலே சொல்லாமல் விட்டத்தைப் பார்த்தபடி படுத்திருந்தாள்.

"அவ வராட்டி விட்டுருங்க... சுந்தரி நீயும் போ இந்த வாட்டி..."

ஒவ்வொரு முறையும் பிள்ளைகளைக் கண்ணில் காட்டாமலே அனுப்பி விட்டானே என்று திட்டமிட்டு ஞாயிறு காலை போய் நின்றார்கள். சுந்தரியிடம் நேராகவே சொல்லிவிட்டான் ராணியின் கணவன்.

"த பாருங்க... இனிமே இங்க யாரும் வர வேணாம்... எம் புள்ளங்கள நீங்க யாரும் பாக்கவோ பேசவோ வேணா... மீறி... பஞ்சாயத்து... கோர்ட்டுன்னு ஏதாச்சும் இழுத்தா எங்கள உயிரோட பாக்க முடியாது..."

"எங்களன்னா...."

“பசங்களையும் சேத்துதான் சொல்றேன்...”

அதிலிருந்து ராணி இங்குதான் இருக்கிறாள். ஒரு சில நாட்கள் கண்டு கொள்ளாமல் இருந்த தெருசனத்துக்கு புதிய அவல் கிடைத்தது. வேலைக்கு வந்துகொண்டிருந்த ராமக்காவை நிறுத்தினார்கள். கடைப்பையன் சாவி வாங் கவோ, கொடுக்கவோ கூட வீட்டுக்கு வராதபடி கார்த்தி பார்த்துக் கொண்டான். என்னதான் இருந்தாலும் ராணி தனியாக ஊருக்கு வந்தாள் என்பதும் திரும்பிப் போகவில்லை என்பதும் மறைக்க முடியாத உண்மைகள்தானே...

“இத்தினி வருசங் களிச்சி... என்ன புருஷன் பொண்டாட்டி சண்டையா... சொத்துல பங்கு கேட்டானோ... ஆூடே அம்முகுள்ளி குடும்பமாச்சே... எதுத்து சண்ட கூட போட்டு இருக்க மாட்டாளே இந்த ராணி...”

“அம்முகுள்ளியா இருக்க தொட்டுதான் கட்டிக்குடுத்து பத்து வருசங் களிச்சி ஒருத்தன் வாழாவெட்டியா அனுப்புனாலும் கதவுக்குள்ளயே வெச்சி காபந்து பண்றாவோ... நீயும் நானுமா இருந்திருந்தா... நீ வரியா பஞ்சாயத்துக்கு... நீ வரியான்னு படிப்படியா ஏறிஎறங்கி ஊருசனம் ஒறமொறயக் கூட்டி நாமளே நாறடிச்சிருக்க மாட்டோம்...”

“ஆனா... என்ன சொல்லு... செத்தவ தெய்வந்தாங்கிறன்... அந்த மாலா தெய்வமா நின்னுதான் இவ்வோ ஆூட்ட பழிவாங்கிட்டா..”

“அவ கொளத்துல நீஞ்சத் தெரியாம செத்துப்போனாளோ... வலுப்பு வந்து செத்தாளோன்னு நீதானங்கிறன் சொன்ன... இப்ப இவ்வோ என்னமோ பண் ணுனா மாதிரி பேசுற....”

“எல்லாம் காத்துவாக்குல வந்ததுதான... ஆருக்குத் தெரியும்... அவ்வோ ஆூட்டு கத...”

“ஒரு வேளை... இவ ஏதாச்சும் தப்பா நடந்து... அவனுக்குக் கோவம் வந் துட்டோ... அவன் எப்பயுமே சந்தேகக்காரன் தானாம்... யாரோ சொன்னாவோ...”

“இஞ்சேரு ... என்ன எதுன்னு தெரியாம நாக்கு மேல பல்லப் போட்டு அநி யாயமா ஏதும் பேசாதங்கிறன்...”

“அதுஞ் செரிதான்.. அவ பாவத்த நாம ஏன் கொட்டிக்கனும்...”

❖

ஒரு சில மாதங்களில் ராணியின் நடமாட்டம் பக்கவாட்டு கட்டைச் சுவருக்கு அப்பாலிருந்தோ, முன்பக்க வெளிப்படல் வழியாகவோ பார்க்கும்படி இருந்தது. நீண்ட ஒற்றைப் பின்னலை ரிப்பன் வைத்து மடித்துக் கட்டிக் கொண்டு, ரோஜாப் பதியனைப் பராமரிப்பதையும், முன் வாசலிலோ, பின் பக்கமோ அவள் இருக்குமிடத்தில் ரேடியோ பாடுவதையும்... அவள் கூடவே

பாடுகிறாள் என்று கண்டுபிடித்த சில தினங்களில் பக்கவாட்டு மதில் சுவர் சற்றே உயர்த்திக் கட்டப்பட்டது. முன்பக்கம் மரம், செடியே மறைப்பாக இருக்க இடைப்பட இழுத்துக் கட்டியிருந்த மூங்கில் படல் மட்டுமே ராணிக்கும் வெளியுலகுக்குமான இணைப்பாக மாறியது.

காமாட்சியை யாரும் பார்க்கவே முடிவதில்லை. முன்வாசலில் உட்கார்ந்து புத்தகம் படித்துக் கொண்டிருக்கும் ராணியைப் பார்த்து எவரேனும்,

"என்னா ராணி... சவுக்கியமா.. அம்மாவக் கண்ணுலயே காணுமே" எனப் பேச்சுக் கொடுத்தால் மையமாகச் சிரிப்பைப் பதிலாக்குவாள்.

கல்யாண வீடுகளுக்கு அந்த வீட்டிலிருந்து யாரும் போவதில்லை. ஏதாவது துக்கவீடு என்றால் கார்த்தி மட்டும் பத்து நிமிடம் உட்கார்ந்திருந்து விட்டு வருவான். கடைசி மாப்பிள்ளைக்கு வெளிநாட்டில் வேலை கிடைத்து விட்டதால் சங்கரி வரவும் அற்றுப்போனது. சுந்தரிக்குதான் தம்பியை நினைத்து தொண்டை அடைக்கும். இப்படியே... போய்விடுமோ...

கார்த்திக்கு மறுமண ஏற்பாடு செய்யவேண்டுமென்றால் முதலில் அவன் சம்மதம் வாங்க வேண்டும். பிறகு அம்மாவிடம் பேசவேண்டும். அவள் என்னவோ எதைப் பற்றியும் யோசிக்கவோ, பேசவோ இல்லாமல், ஆக்குவதும், அரிப்பதும், தின்பதும் தூங்குவதுமாக இருக்கிறாள்.

பிறகு... இந்த ராணி... அம்மாவிடமும் தம்பியிடமும் ஏதாவது சொன்னாளோ என்னவோ... இன்றுவரை நம் அக்காவாயிற்றே என்று அந்தரங்கமாகக் கூட ஏன் புருஷன் அனுப்பிவிட்டானென்று கோடுகூட காட்டாத அழுத்தக்காரி...

தெருவில் போகும் வரும் பிள்ளைகளைப் பார்த்தால் தன் பிள்ளைகள் நினைவு வராதோ... இந்நேரம் அந்தப் பெண் ரஞ்சனி பெரிய பிள்ளையாகி இருப்பாள். அம்மா எங்கே எனக் கேட்டால் அந்தக் குட்டிப் பயலுக்கு ராணி கணவன் என்ன பதில் சொல்லியிருப்பான்... வேலையில் மாற்றல் வாங்கிக் கொண்டு வேலூரை விட்டு எங்கோ போய்விட்டதாக யாரோ சொன்னார்கள்...

கதைப் புத்தகமாகப் படித்துத் தள்ளுகிறாளே இந்த ராணி அதில் எதிலும் இந்தப் பெயர்கள் கூட வராதா என்ன....

அன்றொரு நாள் ராணியிடம் புத்தகங்கள் பரிமாறும் ஒரே தோழியான எதிர்வீட்டு தமிழ்ச்செல்வி வேலியோரம் நின்றபடி புத்தகத்தை நீட்டுகிறாள். அவளது புதிய வளையலைப் பாராட்டிவிட்டு "இது வெள்ளக் கல்லு கலந்துருக்கு... இதுலே வெறும் சேப்புக்கல்லு மட்டும் வெச்சு நா செஞ்சேன்... கெம்புன்னு சொல்லுவாங்க... அந்த சேப்பு... வேலூர்ல இருக்கு..." என்று சிரிப்பு மாறாமல் சொல்லிவிட்டுத் திரும்புகிறாள்...

“பாத்துகிட்டுருக்க எனக்குதான் மாமா சொரசொரங்குது... வளவி நெனப் புருக்கு... புருஷன்.. புள்ளங்க... என்ன ஆனாங்க... எப்பிடியிருக்காங்க... தோணவே தோணாதா... நல்லாத்தான் திங்கிறா... படுத்த மறு நிமிஷம் தூங்குறா...”

“அவ கதைய விடு... கார்த்திகிட்ட பேசினியா... ஈசனக்குடியில ஒரு பொண்ணு இருக்குன்னு நேத்தி சித்தப்பா சொன்னாரு.....”

“ம் பேசித்தான் ஆவணும்..”

நாட்களைக் கடத்தாமல் பார்க்க வேண்டும் என நினைத்ததில் இருவருக்குமே உள்ளூற ஒரு பயம் இருந்தது. கல்லூரியில் நுழைந்துவிட்ட தங்கள் மகளின் திருமணப் பேச்சு தொடங்குவதற்கு முன் இதை முடித்துவிட வேண்டும். இல்லாவிட்டால் வேறு மாதிரி யாராவது பேச்சு தொடங்கிவிட வாய்ப்பு இருக்கிறது. சங்கடமாகிவிடும். சுப்பு கடையில் போய் உட்கார்ந்து பேசிப் பேசி கார்த்தியை சம்மதிக்க வைத்தாயிற்று. மிக விரிவாகப் பீடிகை யெல்லாம் போட்டு, சுந்தரி பேசி முடித்தபோது, “செய்ய வேண்டியதுதான” என் றாள் அம்மா. அதுவே பெரிய வரம் போல....

ராணியிடம் யாரும் பெரிதாகப் பேசிக் கொள்வதில்லை. ஒற்றை வார்த்தை களோடு உறவாடல் போய்க் கொண்டிருந்தது. கதைப் புத்தகம் பரிமாறுவதைத் தாண்டி எதிர்வீட்டு வேலிக்குள் தமிழ்ச்செல்வியின் நாத்தனாரோடு சில்லுக் கட் டம் ஆடுவதைப் பார்த்து கை நீட்டும் நிலைக்குப் போனதில் சூழல் இன்னும் கடுமையாகி விட்டது..

“அவகிட்ட என்ன சம்மதம் கேக்கணுமா... இல்ல வேணான்னு சொல்லிடுவாளா” என்ற ஊக முடிவு வசதியாக இருந்தது. எல்லாம் விறுவிறு வெனப் போய்க் கொண்டிருக்கையில் பெண்ணின் தந்தை சுப்புவிடம் தெளிவாகச் சொல்லிவிட்டார்.

“ஊரு ஆயிரம் சொல்லும்... நாம அதெல்லாம் நெனக்கக் கூடாதுன்னுதான் நாங்க இந்த சம்மந்தத்துல புடி குடுக்குறோம்... ஆனா... அந்தப் பொண்ணு வீட்டுலையே இருந்தா செரிவராதுங்க....”

இரண்டாம் தாரம் என்பது ஒருபுறம், மாலா மரணம் தொடர்பான புரளிகள் மறுபுறம் இருக்க எல்லாம் தாண்டி பேச முன்வந்த ஒரே சம்பந்தம் இது... சுப்புவும் சுந்தரியும் எவ்வளவோ சொல்லிப் பார்த்தும் அவர்கள் ஒரே பிடிதான்...

❖

பேருந்தில் கூட்டமாக இருந்ததில் ஒரு சௌகர்யம்.

கிடைத்த இடத்தில் ராணியை உட்காரவிட்டு வேறு எங்கோ நின்று

கொண்டான் கார்த்தி. சுப்புதான் அழைத்துப் போவதாக இருந்தது. திடீரென காலில் அடிபட்டுக் கட்டு போட்டு ஒருவாரம் கட்டாய ஓய்வு என்றானதில் கார்த்தி கூட்டிப்போகிறான். சுந்தரியே அவளிடம் எல்லாம் சொல்லியிருப்பாள் போல. தன் பெட்டியில் எல்லாவற்றையும் எடுத்து வைத்துக் கொண்டு ஒரு கட்டைப்பை நிறைய பத்திரிகைகளை அள்ளி வைத்துக் கொண்டாள். கிளம்பி வெளியே வரும் சமயம் எட்டிப்பார்த்த தமிழ்ச் செல்வியிடம் ஈறு தெரியச் சிரிப்புடன், மடித்துக்கட்டிய பின்னல் ஆடத் தலையசைத்து விடைபெற்றாள். கார்த்தி மருக அந்தக் காட்சியே போதுமானதாக இருந்தது. அழுகை வரக் கூடாதா... திகைத்து நிற்கக் கூடாதா... குறைந்தபட்சம் சோகமாகத் தலையாட் டினால்தான் என்ன...

இவளும் சுந்தரி அக்கா மாதிரிதானே இருந்தாள்... ஏன் இப்படி ஆக வேண்டும்... மாலா செத்தது... ராணி அக்கா கணவரின் பிடிவாதம், இவள் மௌனம், ஈசனக்குடி காரர்களின் முடிவு... எதற்கு இப்படி...

பேருந்து நிலையத்திலிருந்து நீண்ட ஆட்டோ பயணம். பெரும்பாலும் புதிய நகர்கள்... இடையிடையே முந்திரிக்காடு... ஏதோ ஓரிடத்தில் பிள்ளைகள் சில்லு விளையாடியதை ராணி தலையை நீட்டி எட்டிப்பார்த்தபடி வந்தாள். புறநகரில் இருந்தது அந்த ஹோம். முன்பே சுந்தரியும் மாமாவும் வந்து பேசி ஏற்பாடு செய்திருந்தபடியால் விண்ணப்பத்தை நிரப்பிக் கையெழுத்திட்டு பணம் கட்டிய சில நிமிடங்களில் வேலை முடிந்துவிட்டது.

ஏதாச்சும் வேணுமா... விடைபெறுவதற்கான கேள்வியாக இதுவே விழுந்தது.

அதே ஈறு தெரியும் சிரிப்போடு "நீ வரும்போது வேறெதாச்சும் புக் வாங்கிட்டு வா... அந்தப் பொண்ணையும் அழைச்சிகிட்டு வருவேல்ல.."

நியாயமாக அப்போதுதான் இந்தப் பாழாய்ப்போன அழுகை வந்திருக்க வேண்டும். நிறுத்திவைத்திருந்த ஆட்டோவில் ஏறி பேருந்து நிலையம் புறப்பட்டாயிற்று. திடீரென நிறுத்தச் சொல்லி இறங்கவும் சிறுநீர் கழிக்கப் போகிறானோ என நினைத்து "சார்.. .இன்னும் கொஞ்சம் போனா முந்திரிக் கொல்லைவரும்..." சொல்லிக்கொண்டிருந்தார் ஆட்டோகாரர்.

விளையாடிக் கொண்டிருந்த பிள்ளைகள் போய் விட்டிருந்தார்கள். வெயில் கொளுத்துகையில் ஆட முடியாது வீடு திரும்பியிருக்க வேண்டும். கலைந்து கிடந்த சில்லுக்கட்டம் அருகே நின்று ஏன் இவன் குலுங்கிக் குலுங்கி அழுகிறான் என்று அந்த ஆட்டோக்காரர் விக்கித்துப் போய்ப் பார்த்தார்.

முட்கள் நகர்கின்றன

◆

கயல்விழிதான் பொம்முவை அறிமுகப்படுத்தினாள். பொம்முவை என்றில்லை, பட்டுநூல் ஆபரணங்கள் செய்யும் கீர்த்தியை, பெங்கால் காட்டன் விற்கும் லோகேஷை, ஹைதராபாத் முத்துகள் கொண்டுவரும் நாயுடுவை... இப்படி யோசித்துக்கொண்டே போனால் தனக்குத் தெரிந்தவர் எல்லோரையும் கயல்விழிதான் அறிமுகப்படுத்தியிருப்பாளோ எனத் தோன்றியது காயத்ரிக்கு.

ஆனால் யோசனை கயல்விழியைப் பற்றியல்ல. பொம்முவைப்பற்றிதான் தொடங்கியது. இன்றைக்கு எப்படியும் பொம்முவை சந்தித்துதான் ஆக வேண்டும். வரிசையாக, கல்யாணம், காட்சி எனப்போக வேண்டியிருக்கிறது. கயல்விழி இப்போதெல்லாம் பொம்முவிடம் வருவதில்லை. கயல்மேடம் என்று சொல்ல வராமல் "காயல் காயல்" எனச் சொல்கிறாளாம். அதனால் எரிச்சலாக இருக்கிறது எனச் சொன்னாள். உண்மையில், காரணம் அதுவல்ல எனத் தோன்றியது. அவள் பெயரை பொம்மு நான்கைந்து வருடங்களாகவே அப்படித்தான் சொல்கிறாள். இவ்வளவு நாளும் இல்லாமல் இப்போதென்ன திடீரென்று.... அதுவும் மாதத்தில் ஒருமுறை போகும்போது ஒரு தடவை, இரண்டு தடவை சொல்வாளாயிருக்கும்...

கயல்விழி குடும்பத்தின் பொருளாதாரம் கொஞ்சம் உயர்ந்து விட்டது. அதற்கேற்றாற்போல், சென்னை போன்ற இடங்களில் மட்டுமே இருந்து வந்த சலூன், ஸ்பா வகையறாக்கள் ஒன்றிரண்டு இங்கும் வரத் தொடங்கிவிட்டது. இப்போது அவளது வட்டமும் லயன்ஸ், ரோட்டரி என மாறிவருவதால், அந்தத் தோழிகளிடம் பொம்முவை அறிமுகப்படுத்துவது கூச்சமாக இருந் திருக்கலாம். அல்லது "...பார்லர் போயிருந்தப்போ" என யாராவது தோழியர் கயல்விழியின் ஆசையை உசுப்பிவிட்டிருக்கலாம். ஏதோ ஒன்று பொம்மு தன் ஆரம்பகால வாடிக்கையாளர் ஒருத்தியை இழந்தாள்.

என்னடா இது...பொம்முவிடம் பேசவேண்டும் எனத் தொடங்கி கயல் விழியையே நினைத்துக்கொண்டிருக்கிறோம் எனச் சலித்துக் கொண்டாள் காயத்ரி.

ஒரு அழைப்பு... போகவில்லை.

மற்றொன்று "வாடிக்கையாளர் வேறொரு இணைப்பில் இருக்கிறார்"

அடுத்து.. "தொடர்பு எல்லைக்கு வெளியில் இருக்கிறார்"

சே... இருக்கிறாளா... இல்லையா... தெரியாமல் எப்படிப் போவது...

திரும்பப் போட்டாள். எடுக்கவேயில்லை.... பேசாமல் கயல்விழியிடம் கேட்டுக்கொண்டு அந்தப் புதிய அழகு நிலையத்துக்குப் போய்விடலாமா எனத் தோன்றியது. செலவு அதிகம் பிடிக்கும் என்ற எச்சரிக்கையும் கூடவே வந்தது.

"என்ன... குளிக்கப் போலியா நீ" கணவரின் குரல் வந்துவிட்டது.

"போச்சுடா... .போன எடுத்திட்டியா" என்ற எரிச்சலூட்டும் வாசகம் அடுத்து வந்து விடலாம்.

சரி... பொம்முவோ புது பார்லரோ தலைக்கு ஷாம்பூ போட்டுவிடலாம். மற்றதைப் பிறகு பார்த்துக் கொள்ளலாம் என்ற முடிவோடு குளியலறைக்குள் நுழைந்தபின் அலைபேசி அழைப்பது கேட்டது.

"ஏங்க....யாருன்னு கொஞ்சம் பாருங்களேன்"

பதிலில்லை.

பார்க்க மாட்டார். துண்டைக் கட்டிக்கொண்டு நாலு தடவை உள்ளும் வெளியுமாக அவரைப்போல சுற்ற முடியாது. போய்ப் பார்த்துக் கொள்ளலாம்.

தலை துவட்டியவாறே வந்து எடுத்துப் பார்த்தால் பொம்முதான் கூப்பிட்டிருக்கிறாள் .

"என்ன பொம்மு ரொம்ப பிசியா.."

"அதெல்லாம் ஒண்ணுமில்ல மேம்..சொல்லுங்க..இன்னிக்கு வரீங்களா"

முதல் வரியிலேயே விஷயத்துக்கு வந்துவிடுவாள். சமர்த்தி. காயத்ரிக்கும் அதுதான் வேண்டியிருந்தது. "ஆபீஸ் கிளம்புற நேரத்துல போன எடுத்திட்டியா" என்று கணவர் எந்த நொடியிலும் அதட்டும் வாய்ப்பிருந்தது.

"ஆமா பொம்மு... ஒரு அஞ்சரைக்கு வரட்டுமா"

"வாங்க மேம். நா ஒரு மஞ்சாத்தண்ணி மேக்கப் போறேன். சிக்ஸுக்கு ஆகி வந்துரும். பார்தீ இப்ப வருது.. ஐப்ரோ முடிங்க.. வந்துரும்.."

மஞ்சள் நீராட்டுவிழாவுக்கு இவளை அழைத்தவர்கள் இந்த மஞ்சாத் தண்ணியைக் கேட்டால் என்ன செய்வார்கள் எனச் சிரிப்பு வந்தது. கன்னடமா, தெலுங்கா தெரியாது... ஓரளவு புரியும்படி தமிழ் பேசக் கற்றுவிட்டாள்.

பாரதி திரும்ப வந்துவிட்டாளா என யோசனை வருவதற்குள் கண் கடிகாரத்துக்குப் போக, கிளம்பும் வேலைக்குள் நுழைந்தாள் காயத்ரி.

மாலை வரத் தாமதம் ஆகுமென்பதால் கூடுதல் கவனம் எடுத்து ஒழுங்கு செய்ய வேண்டும். பார்லர் சென்ற எரிச்சலை நேரடியாகக் காட்டாமல் கோபித்துக் கொள்ளவும் அவருக்கென்று வாய்ப்புகள் இருக்கும்.

பிள்ளைகள், பள்ளி, கல்லூரி என ஓடியாயிற்று. வண்டியை விட்டு அலுவலகத்தில் இறங்கும்போது சொன்னால் போதும். இல்லாவிட்டால் போகும் வழியெல்லாம் வண்டி திடுக் துடுக்கெனப் பாயும். மாட்டியிருந்த தனது காரியர் பையை விடுவித்துக் கொண்டே

"இன்னிக்கு சாயங்காலம் நா வர நேரமாகும். ஏதாச்சும் பார்சல் வாங்கிட்டுப் போயிடுங்க நைட்டுக்கு"

"ஏன்..என்ன விஷயம்.."

"பார்லர் போகணும்... முடிஞ்சா மதுவை வரச் சொல்லுங்க ஒரு எட்டு மணிக்கு. இல்லாட்டி நா ஆட்டோல வந்துக்கறேன்"

சட்டென நகர்ந்து அலுவலகப் படியேறினாள். நின்றால் பேச்சு வளரும்.

"ஏன்.. இன்னிக்கே போகனுமா.."

"எனக்கு வயிறே சரியில்ல. இன்னிக்குன்னு ஹோட்டல் டிபனா.."

"மதுவே மேட்ச் முடிஞ்சு டயர்டா வருவான். திருப்பி இங்க போடான்னு சொன்னா அவ்வளவுதான்."

அவனும் அப்பாவுக்கு சளைத்தவனில்லை. வந்து நின்றாலும் உடனே கிளம்பி விடவேண்டும் என்று கண்டிஷன் போடுவான். ஹார்ன் அடித்துக் கொண்டே இருப்பான். இல்லாவிடில் கிளம்பிப் போய்விடுவான். முதல்முறை அவன் போய்விட்டபோது, எங்கோ அருகில் போயிருப்பான் வருவான் என்று நின்று கொண்டேயிருந்தாள். பார்லரே மூடும் நேரமாகிறது போலிருக்கே என்று கயல்தான் போன் போடச் சொன்னாள். கேட்டால் அலட்டிக் கொள்ளாமல் உன்னைக் காணோம்... எவ்வளவு நேரம் நிற்பது... வீட்டுக்கு வந்துவிட்டேன் என்றான். கோபப்பட்ட கயல் தானே கொண்டுவந்து விடுவதாகக் கிளம்ப பெரும்பாடுபட்டு அவளை நிறுத்திவிட்டு ஆட்டோவில் போனாள்.

ஆட்டோவிலேயே வந்து விடுகிறேன் என்றும் சொல்ல முடியாது.

"ஆட்டோ சார்ஜ் தெண்டச்செலவு.."

"வீட்ல இருக்கும்போது இதெல்லாம் தோணாதா உனக்கு... மத்தவங்க சவுரியம் என்னன்னே கேக்காம ஒரு முடிவு பண்ணிடுறே.."

இத்யாதி! இத்யாதி!

உயரும் குரலையும், கடுக்கும் முகத்தையும், என்ன பரபரப்பாக நுழைந் தாலும் அவளது சக பணியாளர்கள் நமட்டுச் சிரிப்போடு கவனித்துக் கடப்ப தெல்லாம் அவருக்கு பொருட்டேயில்லை. பார்லர் போவது சர்வசாதாரணமான ஒரு விஷயம். இதுக்கென்ன இத்தனை யோசனையும் திட்டமிடலும் என்று கயல்விழி நொடிப்பாள். அதுவும் இவள் ஒவ்வொரு முறையும் பதட்டமாவதும் புலம்புவதும் அவளுக்கு எரிச்சலைக் கூட்டும்.

"என்ன காயத்ரீ இது... ராக்கெட் விடறவன் கூட இவ்ளோ யோசிக்க மாட்டான் போல. அதுவும் நம்ம பொம்மு எவ்ளோ அட்ஜஸ்டபிள்... காசும் ரீசனபிளாதான் வாங்குறா... அதுவும் நீயென்ன பண்றே... ஒரு ஐப்ரோ... ஒரு கலரிங்... அதுக்கே தலைக்கு குளிக்கணும்கிற... எனக்கு பீரியட்ஸு... எம் பொண்ணுக்கு பீரியட்ஸு... அவருக்கு ஆடிட்டுன்னு ஆயிரத்தெட்டு காரணம் சொல்லி... மாசத்துக்கொரு தரம்கிறத... ஒண்ணரை மாசமாச்சும் ஆக்கிடறே.."

"இல்லப்பா....எனக்கு பீரியட்ஸ்னா தெனம் தலைக்கு ஊத்தறதுலையே நாலு நாளைக்குள்ள எப்பிடியும் சளிபிடிக்கும்.. இதுல டை போட்டுட்டு இன்னொருக்கா வேற..."

"த பாரு... திருந்த மாட்டியா நீ... டை போடறதுன்னு பஞ்சாங்கமாட்டம் பேசாத... கலரிங்க்னு சொல்லு"

"சரி ..ஏதோ ஒன்னு...பண்ணிட்டு வேற தல குளிக்கணும்.அது பிரச்னை..."

"சரி. உனக்கு ஓகே... சஞ்சுவுக்கு பீரியட்ஸ்னு சொல்றியே அதுதான் கடுப்பு..."

"இல்ல கயல்... நமக்கு முடியாட்டி கூட பாத்துக்கலாம். பாப்பாவுக்கு +2 வேறயா. வேல ஜாஸ்தி... வயித்துவலி வேற வந்துடும் அவளுக்கு.. வரும்போது நாம வீட்டுல இல்லேன்னா பேசாது... மிஞ்சிப் போனா சண்டை... ரகளை பண்ணிடும்.."

"ம்க்கும் இவ்ளோ பண்ணுது... நீ இன்னும் பாப்பா பாப்பான்னுகிட்டிரு... சஞ்சனான்னு அழகா ஒரு பேரு வெச்சிருக்கே... அட செல்லமா கூப்பிடக் கூட புஜ்ஜி சொஜ்ஜீங்கறாங்க... நீ என்னடான்னா... ஆமா அது என்னடி... பொண் ணையும் பாப்பாங்கிறே... தங்கச்சியையும் பாப்பாங்கிறே.."

"அது.. அது அப்பிடியே பழகிருச்சி கயல்.."

"காயத்ரி... பட்டிக்காடும் இல்லாம... பட்டணமும் இல்லாம, ரெண்டுங் கெட்டான் தமிழ்ப்பொண்ணுக்கு அக்மார்க் பிரதிநிதி நீதான். உன் ரேஞ்சுக்கு நீ இதெல்லாம் செஞ்சுக்கறதே புரட்சிதான் போ.."

“என்ன பண்ணித் தொலயறது.... முப்பதுலையே நரைக்க ஆரம்பிச்சிடுச்சி.. என்ன டிரஸ் பண்ணினாலும் கண்ணாடி பாக்கவே எரிச்சலா இருந்துது. எங்க நாத்தனார் சொன்னாங்களேன்னு மருதாணிய அப்பிக்கிட்டுதானே திரிஞ் சேன்...”

“ஹா.. நல்லா ஞாபகம் இருக்கு... நா டிரான்ஸ்பர்ல இங்க வந்தப்ப நீயும்.. உன் தலையும்... நெனச்சாலே சிரிப்புதான் வருது...” விழுந்து விழுந்து சிரிப்பாள் கயல்.

“விக்கிற பாக்கெட்லாம் போட்டா கெமிக்கல் இருக்கும்... முகத்துல கருப்பு விழுந்துடும்னு அவங்க அக்கா சொன்ன ஐடியாதான் அது... நா என்ன பண் றது” முணங்குவாள் காயத்ரி.

“அவங்கள விடு.. கிராமத்து மனுஷி... நம்ப சூப்பர்வைசர் மாலதி மேடம்க்கு என்ன ஒரு காண்டு தெரியுமா நம்ப மேல. 'யு நோ கயல்.. ஏஜிங் க்ரேஸ்புல்லி-னு தான் நாம சொல்லப்படணும். பெரிய பெரிய கம்பனி சி.இ.ஓ ல்லாம் கூட பாருங்க கிரே ஹேரோட எவ்ளோ அழகா இருக்காங்க..” அப்படி இப்பிடின்னு புதுசா வந்திருக்கானே ஆபீசர் டிரெய்னி அவன் முன்னாடி அலட்டுது...”

“நீ எப்பிடி சும்மா இருந்தே ஆச்சர்யமா இருக்கு....”

“நா எப்பிடி காயு சும்மா இருப்பேன். கண்ணுக்குக் கண்.. பல்லுக்குப் பல்... இல்லாட்டி எனக்கு செரிக்காதுல்ல... மேடம்... அவங்கள மாதிரி.. உங்கள மாதிரி வயசானவங்களுக்கு அது சரி! அது அழகு! ஏஜ் எங்ககிட்ட கிரேஸ் புல்லா இல்லாதப்ப இதுதான் எங்களுக்கு சரி! அத்தோட, நான்லாம் அடிக்கடி கண்ணாடி பாப்பேன் மேடம்னு சிரிச்சிகிட்டே சொல்லிட்டு வந்துட்டேன்.... மஞ்சமாதா மூஞ்சியத் தூக்கிகிட்டு ரெண்டுநாளா சுத்துது ..”

பழுத்த மஞ்சள் நிறத் தலையோடு உர்ரென நகரும் மாலதியின் முகத்தை நினைவில் கொண்டு விழுந்து விழுந்து சிரித்து முடித்தார்கள்.

“பின்ன என்ன காயத்ரி... பிரச்னைக்கும் கவலைக்குமா பஞ்சம். இதே தலைக்குள்ள டன் டன்னா உக்காந்திருக்கு. அதுக்காக நம்ப மொகத்த கண் ணாடியில பார்த்தா நமக்கே சோகம் இன்னும் நாலு டிகிரி ஏறிடறமாதிரியா இருக்குறது....”

யோசித்தபடியே இருக்கையில் அமர்ந்து வேலையைத் துவக்கினாள்.

கயல்விழி சற்று தாமதமாக வந்தாள்.

“ஹாய்... என்னடி.... தலையெல்லாம் இப்படிக் கெடக்கு..”

“ஷாம்பூ போட்டேன்..காயவைக்க டைமில்ல. வண்டியில வர்ற வேகத்துல

காஞ்சிடுமேன்னு லூஸ் ஹேர் விட்டேன்.."

அசட்டுச் சிரிப்பொன்றைச் சிந்தினாள் காயத்ரி.

"போ.. போ.. எல்லாம் காஞ்சிருக்கும்... அந்த கோயிந்து கோந்து வந்து பரட்டை... இது எப்பிடி இருக்குன்னு பன்ச் டயலாக் சொல்லி தானே சிரிச்சுப் பான்...மொதல்ல சரி பண்ணிட்டு வா.."

திரும்பியவுடன் முதல் வேலையாக கயலிடம் சொன்னாள்.

"ஹேய்ய்.. அந்த பாரதி பொம்முகிட்டேயே திரும்ப வந்துட்டாளாம்பா"

"ஓ.. பரவால்ல. இவளுக்குக் கொஞ்சம் உதவியா இருக்கும்..." என்றதோடு விட்டுவிட்டாள்.

கயல்விழியும் பொம்முவின் பார்லருக்கே வந்துகொண்டிருந்தபோது அவ ளுடனே வண்டியில் போய் விடுவாள். அவள் சில மாதங்களாக வேறு இடம் போகிறாள் என்பதை அறிந்தபின் கொண்டுபோய் விடு எனக் கேட்க என் னவோ போல் இருந்தது.முதல்முறை ஆட்டோ பிடித்து போய்விட்டாள். அது பற்றிய பேச்சே வரவில்லை. மறுமுறை காயத்ரி நடந்து போனாள். அந்த முறை கயல் மறுநாள் கேட்டாள்.

"பார்லர் எப்பிடி போனே காயு..."

"சும்மா.. இப்படி.. நடந்தே போயிட்டேன் கயல்.. வாக்கிங் மாதிரியும் ஆச்சுல்ல.."

அவ்வளவுதான்... சரமாரியாகத் திட்டினாள்...

"வாக்கிங் போக நல்ல நேரம் பார்த்த பாரு... ஏற்கனவே லேட்டாகுதுன்னு உங்க வீட்டுல எள்ளும் கொள்ளும் வெடிக்கும். இன்னொரு அரைமணி நேரம் வேறயா..."

"அதயேன் கேக்குற.. அந்த பாரதி வேற நின்னுட்டாளா.. பொம்மு ஒவ் வொருத்தருக்கும் பாதி பாதியா திருப்பதி ரேஞ்ச்ல உக்கார வெச்சி செஞ்சு... ரொம்ப லேட்டாயிருச்சு..."

"பெரிய இவளாட்டம்.. ஆளையும் மாத்த மாட்டே நீ...."

"இல்ல கயல்.. இவ எதோ ஹெர்பல் பொடிதானே பண்ணிப் போடறா... வேற எங்கயாச்சும் போயி... ஏதாச்சும் சைட் எபக்ட் ஆயிட்டுதுன்னா.."

"ஆமா டோடல் உலகத்துக்கே இவதான் போடறா பாரு... நீ காசு கணக்கு பார்ப்ப... அது போகட்டும். நீ சரியான.. முரளி அக்கான்னு ப்ரூவ் பண்ணிட்டே இருப்படி... என்கிட்டே டிராப் பண்ணச் சொல்லிக் கேட்கக்கூட என்ன யோசனை.."

சட்டென வாய் திறந்து எதையும் சொல்ல யோசிப்பதாகவும் அதனால் இதயம் முரளிக்கு அக்கா நீ என்றும் காயத்ரியை அவள் எரிச்சல் பொழுது களில் சொல்வாள் .

"இல்ல கயல்... இப்ப நீ வேற இடம் போற... அங்க எப்பிடி உன்ன கூப்பிடறது"

"என்ன காயத்ரீ இப்பிடி இருக்கே... நா வேற பார்லர் போனா பொம்மு கூட வெட்டுப்பழின்னு அர்த்தமா... இல்ல அந்தத் தெருவே நா வரக்கூடாத ஏரியாவா.. சொல்லப்போனா.. உன்ன டிராப் பண்ணிட்டு அவகிட்ட ஒரு ஹாய் சொல்லிட்டு கூட வருவேன்..."

கயல்விழி இவள் குணமறிந்து, தானே முன்வந்து அழைத்துப் போகக் காத்திருந்தது ஆசுவாசமாக இருந்தது.

"பொம்முவ விட்டா வேற யார்கிட்டயும் இவளுக்கு செட் ஆகாது பாரு"

சாலை இரைச்சலில் சரியாகப் புரியாமல் "யாரு.."என்றாள் காயத்ரி.

"பாரதியதான் சொல்றேன். பணம்.. காசு... டைம்.. லீவு.. எல்லாம் பொம்மு மாதிரி யாரு அட்ஜஸ்ட் பண்ணிக்குவாங்க"

"ஆமா.. இதோட மூணாவது தடவை.."

"ஆனா... பொம்முவும் அவ வரதுக்காகவே வெயிட் பண்றமாதிரி வேற யாரையும் வெக்க மாட்டேங்கிறாளே.."

வண்டியை இருவருமாக வரும்போது செய்வது போலவே தெருமுனை பேக்கரியில் நிறுத்தினாள்.

நெகிழ்ச்சியாக இருந்தது காயத்ரிக்கு. இதோ... இரண்டு தெரு தாண்டினால் கயல் வீடு வந்துவிடும். தனக்காகத்தான் இங்கு வந்திருக்கிறாள். சமோசாவும் டீயும் முடிக்கும்போது கயல்விழியின் மகனிடமிருந்து அழைப்பு. சாவி வேண்டுமாம்.

"நீ போ கயல்...தோ ரெண்டு வீடு தள்ளிதானே... நா போய்க்கிறேன்.."

"சரி.. பொம்முகிட்ட இன்னொருமுறை வர்றேன்னு சொல்லு"

மெதுவாக நடந்துபோனபோது, ஏதோ பாடலை முணுமுணுக்கத் தோன்றியது. கிளம்பும்போது, மது வராவிட்டால் கூடப் பரவாயில்லை. தகராறு செய்யாத ஆட்டோ கிடைத்தால் சுபமாக முடியும்.

பார்லரை நெருங்கியபோதுதான் பூட்டு தொங்குவது தெரிந்தது. சீக்கிரம் வந்துவிட்டோமோ... மணி பார்த்தாள். ஐந்தே முக்கால்! பாரதி இருப்பாள் என்றாளே..

வீட்டின் ஒரு பகுதியை பார்லருக்கு விட்டிருந்த வீட்டுக்காரம்மா இவளைப் பார்த்தும் பாராதது போல வாசல் விளக்கைப் போட்டுவிட்டு கதவைச் சாத்திக் கொண்டாள். நிறையப் பேர் வரப்போக இருந்தால் தொந்தர வாகிவிடும் என இடம் தரவே அவள் யோசித்ததாகவும், சிபாரிசு உறுதிமொழி என்று பலபடி தாண்டியே இடம் பிடித்ததாகவும் பொம்மு சொல்லுவாள் .

ஆறு மணிக்கு வருவதாகச் சொன்ன பொம்முவை அழைக்கவும் யோசனையாக இருந்தது. வண்டி ஓட்டிக்கொண்டிருப்பாளோ..

ஓரிரு பெண்கள் வண்டியில் வந்தார்கள். பூட்டு தொங்குவதைப் பார்த் ததும் போய் விட்டார்கள். பாரதியின் நம்பரும் இல்லை. எதற்கும் இருக்கட்டு மென பொம்முவையே அழைத்தாள். எடுக்கவில்லை. வேறொரு இணைப்பில் உள்ளார்.

ஹப்பாடி... இதோ அவளே அழைக்கிறாள்..

“சொல்லுங்க மேம்”

“என்னம்மா பார்லர் பூட்டியிருக்கு... உன்னையும் காணோம்” சொல்லும் போது “தோ டீ குடிச்சுட்டு வந்துர்றேன் மேம்” என்ற பதில் வருமென காயத்ரி யின் மனம் விரும்பியது.

“அப்பிடியா... பாரதிகிட்டே நால் மணிக்கே வர சொன்னேனே.. வெயிட் மேம். .பாரதி பேசிட்டு வரேன்”

நின்றுகொண்டே இருப்பது காலெல்லாம் வலித்தது. கொசு வேறு ஒரு பக்கம் பிடுங்கி எடுத்தது. கணவன் மனைவியாக இருவர் வந்து இறங்கி பூட்டு தொங்குவதற்கு இவளிடம் விளக்கம் கேட்டனர். “திறக்கலே” வெறுமையாகப் பார்த்தபடி சொல்லி முடித்தபோது அவளுக்கே அதன் அபத்தம் புரிந்தது. சின்னப் பெண்தான்... முகப்பொலிவுக்காக வந்திருப்பாளாயிருக்கும். அந்தப் பெண் கணவனிடம் எதோ சிரித்துக்கொண்டே சொல்லிவிட்டு திரும்பி இவளி டமே வந்து “எப்போ வருவாங்க...லேட்டாகுமா” என்றாள். தானென்ன இதைச் சொல்வதற்காக இங்கே நிற்க வைக்கப்பட்டிருக்கிறோமா எனக் காரணமற்ற ஒரு சலிப்புடன் வெறுமனே உதடு பிதுக்கினாள். இருளில் அது தெரிந்ததோ என் னவோ... அவர்கள் இருவரும் பேசிச் சிரித்தபடியே வண்டியைக் கிளப்பினர்.

“மேம் என்னாச்சி தெர்ல... வெரி சாரி. பார்தீ போனே எடுக்கலே... அவங்க மம்மி ஒடம்பு பிரச்னேன்னு சொன்னா....”

“சரி... அதிருக்கட்டும் பொம்மு. நீ வந்திருவேன்னு சொன்னியே...”

“அதான் மேம் ப்ராப்ளம்..” எனத் தொடங்கி அவள் புலம்பியதிலிருந்து மஞ்சள் நீருக்கு அழைக்காத இன்னொரு மாமனும் சீர்வரிசையோடு வந்து

விட்டதாகவும், திடீர்ப் பஞ்சாயத்தில் சமரசமாகி அந்தப் புடவையையும் கட்டி மணையில் அமர்த்துவது என முடிவாகிவிட்டதால், பொம்முவின் சேவை மேலும் விசேஷ வீட்டுக்குத் தேவை என்று உத்தரவாகிவிட்டது புரிந்தது. பாவம் நிச்சயம் ஏழோ எட்டோ படிக்கும் குழந்தையாகத்தான் இருக்கும். புட வைக்கு மேல் புடவை மாற்றி நலுங்கு வைத்து... நிச்சயம் களைத்துப் போய்விடும்... சஞ்சுவுக்கு இதெல்லாம் இப்போ வேண்டாமென்று கணவரே முடிவு செய்தது நல்லதாய்ப் போயிற்று. இவள் தொடங்கியிருந்தால் நடக்காது.

அது போகட்டும். ஒரு புடவை கட்டி முடித்ததும் பொம்மு கிளம்பியிருக்க வேண்டியதுதானே... காயத்ரியின் உறவினர் வீட்டு திருமண நிகழ்வில் 'ஒரு புடவை கட்ட வேண்டும் என்றுதான் பேசினீர்கள், நான் இன்னொரு நிகழ்ச்சிக்கு போகவேண்டும்' என்று பரிசப் புடவையோடு பணத்தை வசூலித்து கறாராகக் கிளம்பிய பார்லர் பெண்ணைப் பார்த்த நினைவு வந்தது. பொம்மு வென்றால் பியூட்டிஷியன் வாழ்வில் இதெல்லாம் சகஜமப்பா என்ற தொனியில் பேசுகிறாள்.

“உன்கிட்ட சொல்லிட்டுதானே பொம்மு வந்தேன்”

“ரொம்ப சாரி மேம். இந்த பார்தீ இப்பிடி செய்வான்னு தெரில..”

ஏதேதோ சொல்லிக்கொண்டே போனது காயத்ரிக்குக் காதில் விழவே யில்லை. இவள் வைத்துவிட்டாளென நினைத்து அவள் வைத்துவிட்டாள். எப்படியும் இன்றைக்கு ஆனது ஆகிவிட்டது. மீண்டும், எரிச்சல், ஹோட்டல் டிபன், ஆட்டோ என்றெல்லாம் நாளைக்கே ஆரம்பிக்க முடியாது. நாளை மறுநாள் ஊருக்குப் போகவேண்டும். சும்மா கிடந்த சங்கை ஊதிக் கெடுத்த கதையாக, மூடியிருந்த வெளுப்பு ஷாம்பூ புண்ணியத்தில் என்னைப்பார் என் அழகைப்பார் என நிற்கிறது.

வீட்டிலேயே ஏதாவது தற்காலிகமாகப் பாக்கெட் வாங்கி சுயசேவையில் இறங்கலாம் என்றால் எங்காவது ஒன்றிரண்டு என்றால் பரவாயில்லை. தலை முழுக்கப் புரட்டி அப்பிக் கொள்வதெல்லாம் சரிவராது. அத்தோடு இதைச் செய்து காட்டிவிட்டால் இப்படியே செய்து கொள்ளலாமே என்ற யோசனை பலவந்தமாகி விடும்.

எப்போதோ, பள்ளியில் படிக்கும் காலத்தில் அம்மாவோ, எதிர்வீட்டு அக் காவோ பேன் பார்க்க தலையைக் கொடுத்துவிட்டு சொக்கி சொக்கித் தூங்கிப் போன காலத்திற்குப்பின் தலையை யார் வசமோ விட்டுவிட்டு சற்றுநேரம் அக்கடாவென உட்கார்ந்திருக்கும் இந்த அனுபவத்திற்கும் ஆப்பு.

கொஞ்ச நேரத்தில் பொம்மு வந்துவிட்டால் கலரிங் முடித்துவிட்டுக்

யில் காயாத சாயம் கொஞ்சம் காதோரம், முன் நெற்றி என வழியும். ஒரு முறை அப்படிப் போனபோது ஆட்டோக்காரன் பக்கவாட்டுக் கண்ணாடியில் எட்டி எட்டிப் பார்த்துக்கொண்டே வந்தான். மனசுக்குள் சிரித்துக் கொண்டானோ என்னவோ... பரவாயில்லை... வீட்டுப் பிடுங்கலுக்கு இதைச் சமாளித்து விட லாம். அந்த ஆட்டோக்காரன் நிச்சயம் தெரிந்தவனாக இருக்கப் போவதில்லை.

மீண்டும் பொம்முவை அழைத்தாள். எவ்வளவு சீக்கிரம் முடியுமோ வந்து சேர்... இங்கேயே நிற்கிறேன் எனச் சொல்லிவிட்டு அவள் சொன்ன ஒரு கூடை ஸாரியையும் உதறுவதுபோல் கையை உதறிவிட்டு அலைபேசியை அணைத்து கைப்பையில் போட்டாள்.

அந்த தெருமுனை பேக்கரி வரை போய் வரலாமெனத் தோன்றியது. தனி யாகப் போனதில்லை என்றாலும் இப்போது ஒரு டீ தேவை. அதைவிட ஐந்து நிமிடமாவது உட்கார வேண்டும். இந்த கைப்பை, சாப்பாட்டுப்பை எல்லாவற் றையும் தெருவோரத்தில் எப்படி இறக்குவது எனச் சுமந்து சுமந்து கைவேறு வலிக்கிறது. கடையில் சற்று வைத்துவிட்டு உட்காரலாம்.

விளக்கு வைக்கும் நேரம் என்ற தனது கணக்கீடு முடிந்துவிட்டதுபோல வீட்டுக்காரம்மாள் உள்ளிருந்தே கொஞ்ச நஞ்ச வெளிச்சம் கொடுத்துக் கொண்டிருந்த வாசல் விளக்கையும் அணைத்து விட்டாள். போகட்டும்... தேநீரோடு சான்ட்விச் ஏதாவது வாங்கி மெதுவாக நேரம் கழிக்கலாம். இப்போது அவ்வளவு கூட்டம் இருக்க வாய்ப்பில்லை... சாலையைப் பார்த்தபடி உட்கார்ந்திருந்தால் பொம்மு வருவதைப் பார்த்து உடனே வந்துவிடலாம்..

தன் யோசனையைத் தானே மெச்சியபடி கிளம்பியபோதுதான் இந்த பாரதிக்கு என்ன பிரச்னையாக இருக்கும் என்றுகூட இவ்வளவு நேரமும் யோசிக்காது தன்னையே யோசித்துக் கொண்டிருந்ததை நினைத்து எரிச்சலும் வெட்கமுமாக இருந்தது. பொம்மு வரட்டும். அவளிடம் நம்பர் இருக்கும். வாங்கி விசாரிக்கலாம். நடக்கத் தொடங்கினாள். தெருமுனையில் ஒரு மோட் டார் சைக்கிள் திரும்பியது. மது மாதிரிதான் இருந்தது.

ராஜகுமாரி வீடு வழியில் இருந்தது

◆

தொலைக்காட்சி, விடியோ கேம், கம்ப்யூட்டர் எதுவும் இல்லாத காலத்தில் வாழும் அனுபவம் கிடைக்க நமக்கே பெருமழையோ, வெள்ளமோ, வெயிலோ, மின்சாரம் இல்லா ஒருநாள் வர வேண்டியிருக்கிறது. நம் பிள்ளைகள் என்ன செய்வார்கள் என்றெல்லாம் நண்பர்களிடையே பேசிக் கொண்டிருந்தபோது ஏதேதோ நினைவுகள்.

கோடைக்காலத்தில் எங்கள் வீட்டிலேயே பெரிய பட்டாளம் இருக்கும். பெரும்பாலும் தெருவைத் தாண்டி விளையாடப்போக நேரமும் தேவையும் இருக்காது. சனி ஞாயிறுகள்தான் கொடுமை. சனிக்கிழமை அரைப் பள்ளிக் கூடம் வைத்துவிட்டாலும், மதியமோ, மாலையோ விளையாட்டுத்தான்.

இப்படி சில நாட்களில்தான் செல்வா வீட்டுக்குப் போக முடியும். அதே திருத்துறைப்பூண்டி சாலைதான் என்றாலும் நம்ப தெரு எனச் சொல்லிவிடும் அளவு கிட்டே இல்லை.

ஒரே துணியில் மொத்தமாக எடுத்து அக்கா தங்கைகளுக்குப் பாவாடை சட்டை தைப்பார்கள். அண்ணன் தம்பிகளின் உடையும் கூட. அது போலவே பெயரிலும் வரிசையாக செல்வ செல்வ என்று துவங்கும்படி அவர்கள் வீட்டில் இருக்கும். சிலோன் ரேடியோ பிறந்தநாள் வாழ்த்து மாதிரி. இது தெரியாமல் பள்ளியில் இவளை செல்வா என்று அழைப்போம். வீட்டில் செல்வக்குமாரி யின் மறுபாதியான குமாரி. அவளுக்கு அது பிடிக்கவே பிடிக்காது.

குமாரியின் அப்பா விஜயபுரத்தில் பாத்திரக்கடை வைத்திருந்தார். இரண்டு அக்கா, அண்ணனும் தம்பியுமாக இருவர் என்று நிறைந்த வீடு. சோவியத் நாடு புத்தகம் வரும் ஒரே வீடு அது. போனால் நம்மையும் படிக்க விடுவார்கள். மழமழவென்று அதன் பக்கங்களால் அட்டை போட்ட நோட்டு, புத்தகங் களைக் குமாரியும் மற்றவர்களும் அடுக்கி வைத்திருப்பதே அழகாக இருக்கும். சில சமயம், சில தாள்கள் அட்டைக்காக நமக்கும் கிடைக்கும்.

குமாரியின் பெற்றோரைப் பெரியம்மா, பெரியப்பா என்று அழைத்து வந்தேன். குடும்ப நண்பர்கள்தான். பெரியம்மா சமையல் செய்யும் மணமே அலாதியாக இருக்கும். பெரியப்பா கடையிலிருந்து வந்து மதிய உணவு முடித்துப் போய்விட்டால் இரவு கடை சார்த்திதான் வருவார். ஒரு சின்ன தூக்கு வாளியில் காப்பி எடுத்துப் போவார்கள் நாலரைமணி வாக்கில். காப்பி கிளப்பில் சாப்பிடுவது வழக்கமில்லை. கடைப்பையனோ, அண்ணனோ, சைக்கிளில் வந்து போவார்கள். இல்லாவிட்டால், குமாரிதான் இல்லையில்லை செல்வாதான் (நாம் அப்படியே சொல்லலாம்) போவாள். அப்படியானால், நான் விளையாட்டை முடித்துக்கொண்டு திரும்பிவிட வேண்டும்.

இன்னும் கொஞ்சநேரம் விளையாட முடியாமல் போகுதே என்று எரிச்சலாகத் தோன்றும்படிதான் அந்த வேலை வரும். ஒரு நாள் அப்படித்தான் ஆனது... ஏக்கத்துடன் கிளம்பத் தயாரான என்னிடம் செல்வா அவளுடைய அகல முழியை மேலும் விரித்து, "நீயும் எங்கூட வரியாந்த" என்று தலையை ஆட்டி ஆட்டிக் கேட்டாள். அவங்க அம்மாவோ, அக்காவோ யார் பின்னிவிட்டாலும் செல்வாவின் இரட்டைச்சடை சீராக மடித்துவிட்டு படிமானமாக இருக்கும். ரெண்டு உச்சியிலும் ரிப்பன் பூ நிஜப்பூ போலவே புதுசாக இருக்கும். பழைய ரிப்பனில் போட்டாலும் தொங்காது.

ஏன் எங்களுடைய சடை நாகூர் கிடாக்காது மாதிரி வளைந்து சுருண்டு தொங்குகிறது, ரிப்பன் புதுசு கூட குழைந்து சுருங்கிக் கிடக்கிறது என்று எவ்வளவு யோசித்தும் விளங்கியதேயில்லை. அதனால் செல்வாவின் யோசனை எதுவும் சரியாகவே இருக்கும் என்று எங்கள் தோழிகள் வட்டத்தில் நம்பிக்கை இருந்தது. அவளுடைய காது வளையத்தில் இரட்டை வாத்துகளும், கீழே முத்தும் உண்டு. நாளானா அந்த முத்து உதிர்ந்துவிடும் என்று தீர்ப்பு சொல்லி வெற்று வளையம்தான் வாங்கிக் கொடுத்திருந்தார்கள் எங்களுக்கு. தலையை ஆட்டி ஆட்டி செல்வா பேசும்போது வாத்துகளும் முத்து கோர்த்து உரையாடுவது போலிருப்பது எனக்கு ரொம்பப் பிடிக்கும். அதற்காகவே அவளோடு பேசியபடியே போய்வரலாம்.

கிளம்பிவிட்டோம். பேசத்தான் எவ்வளவு விஷயங்கள்..

வாளவாய்க்காலில் ஓடும் தண்ணீர், அதில் மிதக்கும் இலைக்கூட்டம் எங்கிருந்து வந்திருக்கலாம், ஆடிப்பெருக்கில் மதில் மேலிருந்து குதித்த பையன்கள் எடுக்காமல் விட்ட காசு அங்கேயே கிடக்குமா, ஓடிப் போயிருக்குமா, அப்படியெல்லாம் சேர்ந்த காசுதான் புதையல் ஆகுமா, சற்றுத் தள்ளியுள்ள குளத்தில் பூத்திருக்கும் அல்லிப்பூ, அதன் நிறமும் சோவியத் நாடு புத்தகத்தில் வந்த அல்லிப்பூவின் நிறமும் ஒன்றுதானா, கமிஷன் கடைகளில்

உதறும் சாக்கிலிருந்து வெளியேறும் தூசியெல்லாம் பிடித்து அடைத்து விடலாமா, இடையில் தென்பட்ட ஐநூற்றுப்பிள்ளையாருக்கு ஒரு கும்பிடு, மீண்டும் ஐநூற்றுப்பிள்ளையார் கோயில் குளத்தில் அல்லிப்பூக்கள், சவுண்ட் சர்வீஸ் கடையில் துடைக்கப்பட்டுக் கொண்டிருந்த கூம்பு ஒலிபெருக்கிகள்...

குட்டிப்பிள்ளையார் கோயில், டீக்கடை, பெரிய மில் தெரு போகும் பாதையில் நிற்பது அட.... எங்கள் வகுப்பின் ராஜகுமாரி ..

"ஏ.. எங்கந்த போறீங்க..."

ராஜகுமாரிக்கு செம்பட்டை முடி, ப்ரௌன் கண்கள். வாய் ஓரம் எப்போதும் வெந்தது போலவே இருக்கும். அப்படி ஒன்றும் நெருங்கிய தோழி இல்லை. மக்கு வேறு... ஓட்டப்பந்தயம், ஊசிநூல் ஓட்டம் இதுக்குதான் லாயக்கு. ஆனால், ரயில்வே ஸ்டேஷனுக்குப் பக்கத்தில் இருக்கிறாளே என்று திடீரென ஒரு பிரியம் வந்தது. உள்ளடங்கினாற்போலத் தொடங்கிய குடிசை வீடுகளில் முதலாவதைக் காட்டி "இதாந்த எங்க வீடு" என்றாள்.

"வரீங்களாந்த எங்க வீட்டுக்கு"

"செல்வா அப்பாவுக்கு காப்பி குடுக்கப்போறோம். பொய்ட்டு வரப்ப வர்றோம்" என்றேன் முந்திக்கொண்டு.

அதற்குள் ரயில்வே கேட் போட்டுவிட்டார்கள் .

"அய்யய்யோ...இப்ப எப்பிடிப் போறது..."

செல்வாவுக்கும் அந்த நேரத்தில் வந்து பழக்கம் இல்லை போல. பதறிப் போனாள்.

"இரு.. இரு... சைடு கேட்டு வழியா போலாம்..." ராஜகுமாரி கூடவே வந்து நின்றாள்.

சைக்கிளைத் தலைக்கு மேலே தூக்கி கொண்டு கடக்கத் தயாரான ஒருவரிடம்..

"சார்....சார்.....இருங்க....கொஞ்சம் நாங்க பொயிடறோம்" பயப்படாமல் கெஞ்சிய அவளைப் பார்த்து பிரமித்தபடி நுழைந்ததில் நாங்களும்... அட.... தண்டவாளம் பக்கம் வந்துவிட்டோம்...

எந்தப் பக்கத்திலும் ரயிலே காணோம் என்றாலும் எதிர்ப்பக்க சைடு கேட்டு வரை போக முடியுமெனத் தோன்றவில்லை.

"ஐயோ... .ரயிலு வந்துட்டா என்னந்த பண்றது"

"இப்ப வராது... இன்னும் நேரமாவும்..."

எங்கள் முழியே பயத்தைச் சொல்ல அவளே உதவ முன்வந்தாள்

“சரி வாந்த... அந்த கேட்டும் தாண்டிவுடுறன்...”

தாண்டி வந்ததும், “நீ எப்பிடிந்த போவ.. அதுக்குள்ளே ரயிலு வந்திட்டா...”

“எனக்குத் தெரியுந்த... இன்னுங் கொஞ்ச நேரமாவும் அதுக்குள்ற பொயிரு வேன்..”

நகரத் தொடங்கிய என் சட்டையைப் பிடித்து இழுத்து “திலும்பிப் போவும் போது எங்கூட்டுக்கு வாங்க...” என்று ப்ரெளன் கண்கள் மின்ன திரும்பி விட்டாள்.

கொஞ்ச தூரம்தான். கடைத்தெருவின் தொடக்கத்திலேயே பாத்திரக்கடை. காப்பித் தூக்கை வாங்கிக் கொண்ட செல்வாவின் அப்பா என்னைப் பார்த்து சிரித்தார். கடை வாசலிலிருந்து எட்டிப் பார்த்துவிட்டு “கேட்டு போட்டு ருக்கான்... கொஞ்ச நேரங் கழிச்சு கௌம்புங்க” என்றார்.

கடை முழுவதும் விரிக்கப்பட்டிருந்த பாய்கள் பழசாயிருந்தது. செல்வா வீட்டுப் பாடம் எழுதும் குட்டி மேசை மாதிரி ஒன்றைத்தான் பெரியப்பாவும் வைத்திருந்தார். சப்பணம் போட்டு நிமிர்ந்து உட்கார்ந்திருந்தார்.

அடுக்கியிருந்த பித்தளை தவலைகள், குடம், மேலே கொக்கியில் மாட்டி யிருந்த தூக்கு வரிசை, சம்புடம்... சுற்றி வந்தேன். இதெல்லாம் எப்போ வந்து யாரு வாங்குவாங்களோ....

“சரி... பாத்து ஓரமாப் போங்க.. கேட்டு எடுத்திருப்பான்...”

ரயில்வே கேட் தாண்டியதும் பார்த்தால் ராஜகுமாரி ஒரு தூக்கோடு நின்று கொண்டிருந்தாள்.

“நீயும் காப்பி குடுக்கப் போறியாந்த”

“இது காப்பில்ல... பாலு. நம்ப கண்ணாடி டீச்சருக்கு.. தெனம் எங்கம்மா கொண்டு போவும்.. இன்னிக்கி அதுக்கு ஒடம்பு செரியில்ல.. அதான் என் கிட்டே சொல்லுச்சு..”

“நீ கண்ணாடி டீச்சர் வீட்டுக்கெல்லாம் போவியா”

சற்றே வாய் பிளந்தோம். கண்ணாடி டீச்சர் எங்கள் பள்ளியின் கணக்கு டீச்சர். அவ்வளவு அழகான, திருத்தமான ஒரு பெண் கறுப்பாகவும் இருக்க வாய்ப்பிருப்பதை ஊரே அவரால்தான் உணர்ந்திருக்க வேண்டும். மகா கண் டிப்பு. ஆனால் புரியும்படி சொல்லித்தருவதால் அவரைப் பிடிக்கும். பெரிதாய் சிரித்துப் பேசியது கிடையாது. அவுங்க வீடுவரை போய்ப் பழகுவாள் ராஜ குமாரி என்பது என்னவோ போல் இருந்தது.

பேசிக்கொண்டே ஐநூற்றுப் பிள்ளையார் கோயில்வரை வந்தாயிற்று.

நாங்கள் நேராகத் தொடரவேண்டும். அவள் டீச்சர் வீட்டுக்குத் தெரு திரும்ப வேண்டும்.

“யே ..நீங்களும் வரீங்களாந்த ..”

பேச்சு, விளையாட்டு எதிலும் இத்தனை நாள் பெரிதாக இணையாத நாங்கள் இன்று காட்டிய நெருக்கம் அவளை ஈர்த்தது போலும். கண்ணாடி டீச்சர் வீட்டுக்குப் போனால் எப்படியிருப்பார், சிரிப்பாரா, பேசுவாரா என்றெல்லாம் எனக்கு ஆவல் பிய்த்துக் கொண்டு போனது.

“போலாமாந்த...” என்றேன் செல்வாவிடம்.

கண்ணாடி டீச்சருக்கு எங்களையும் ராஜகுமாரியுடன் பார்த்தபோது சற்றே ஆச்சரியமாக இருந்தது. ராஜகுமாரி கொண்டுவந்த பாலை வாங்கி காப்பி போட்டு எங்களுக்கும் கொடுத்தார். மண்ணெண்ணெய் ஸ்டவ் வைத்திருந்தார்.

நான்கைந்து பிள்ளைகள் வந்து படிக்க ஆரம்பித்தார்கள். பக்கத்துத் தெரு உதவிபெறும் பள்ளி மாணவர்கள். நாங்கள் அரசுப்பள்ளி. அதுவரை ட்யூஷன் என்பதை யாராவது சொல்லி மட்டுமே கேட்டிருந்த எனக்கும் செல்வாவுக்கும் வியப்பாக இருந்தது. இரண்டு பேர் கொடுத்த கணக்கை சரியாகப்போட, என் பக்கம் சிலேட்டைக் காட்டிக்கொண்டு உட்கார்ந்திருந்த குட்டிப்பெண் தப்பாகப் போட்டாள். நான் கவனித்துத் திருத்தியதும் டீச்சர் என் கன்னத்தில் லேசாகத் தட்டினார். வெட்கமாக இருந்தது.

கொஞ்ச நேரம் ஆனது... “நீங்க கிளம்பலியா” என்று டீச்சரே கேட்டார். மனமின்றித்தான் கிளம்பினோம். ராஜகுமாரியிடம் பொட்டுக்கடலை வாங்கி வரச் சொல்லி டீச்சர் சொன்னதால் அவள் தெருமுனைக் கடையோடு நின்று விட்டாள்.

தெரு தாண்டி வரும்போதுதான் இவ்வளவு நேரமாகிவிட்டதே, இருட்டிவிட்டதே என்றெல்லாம் தோன்ற ஆரம்பித்தது. “இங்கல்லாம் இந் நேரம் தனியாவே வந்ததில்லந்த... கொளத்தங்கரைல வேற ஒரே இருட்டா கெடக்கு ..”

“தனியாவா வர்ற... அதான் நானும் இருக்கல்லந்த.. .வா வா..”

ஒரு கையால் மற்றவள் கையைக் கோர்த்துக் கொண்டோம். இன்னொரு கை அவரவர் அரைப்பாவாடையை பிடித்திருந்தது.

“உனக்கு பயமே வராதாந்த”

எனக்கும் பயமாருக்கும்... அதான் நீ இருக்கல்ல.... தனியா நா மாட்டம்பா... ஒண்ணுக்குப் போகணும்னா கூட ஆத்தாவ கொல்லப் படியில் உக்காந்துக்க சொல்லி எழுப்பி விட்டுருவேன்...”

ஆற்றங்கரை அருகே துளி வெளிச்சம்கூடக் காணோம்.

நைட்ஷோ பார்த்துவிட்டு சைக்கிளில் போகும்போது ஆற்றங்கரை அருகே சத்தமாகப் பாட்டுப் பாடிக்கொண்டு கடந்துவிடுவேன் என எதிர்வீட்டு அண்ணன் யாரிடமோ சொல்லிக் கொண்டிருந்தது நினைவுக்கு வந்தது. பாட லாம் என்றால் ஒன்றுமே நினைவுக்கு வரவில்லை. தினம் பாடும் நீராருங் கடலு டுத்த கூடவா மறந்துபோகும்? யாராவது சைக்கிளில் கடந்தால் கூடப் பரவா யில்லை.

ஆற்றுப்பாலம் அருகே அதேபோல் சைக்கிள் வந்தது. ஐயோ... யாரிது எங்களை வழிமறிப்பது....

“யே சனியனுங்களா... எங்க போய்த் தொலஞ்சீங்க..”

செல்வாவின் அண்ணன் காதைத் திருகிவிட்டு இரண்டுபேரையும் சைக் கிளில் ஏற்றிக்கொண்டபோது “அப்பாடா” என்றிருந்தது.

செல்வா வீட்டிற்குப் போய்ச் சேர்ந்தால் அங்கே ஒரே களேபரம். அதிகம் போனால் அரைமணி முக்கால் மணியில் திரும்பிவிட வேண்டிய பிள்ளைகள் இன்னும் வரவில்லையே என்று தேட ஆரம்பித்திருக்கிறார்கள்.

விளையாடப் போனவள் இருட்டியும் இன்னும் வரவில்லையே என்று எங்கள் வீட்டிலிருந்து சித்தப்பாவை அனுப்பிவிட்டிருக்கிரார்கள் செல்வா வீட்டிற்கு. சித்தப்பாவும் செல்வா அண்ணனும் சைக்கிளை எடுத்துக்கொண்டு கடைக்கும் வீட்டுக்குமாய் இரண்டு மூன்று முறை அலைந்திருக்கிறார்கள்.

அங்கங்கே அடையாளம் சொல்லி விசாரிக்க, ஆளாளுக்கு பாத்தேனே, பாக்கலியே எனக் குழப்ப... இடையில் வந்த ராஜகுமாரி விஜயம், கணக்கு டீச்சர் வீடு அத்தியாயங்கள் பற்றி எந்த யோசனையும் இல்லாத வீட்டினருக்கு பயம் வந்துவிட்டது.

அடம்பிடித்து வாங்கிப் போட்டுக்கொண்டிருந்த கால் பவுன் வாத்து வளை யம், நரபலிக் கதைகள் என சுற்றியிருந்தவர்கள் உபயத்தில் எதை எதையோ பேசிப் பயந்திருப்பார்கள் போல. செல்வா வீட்டில் எப்போதும் குட்டு, கிள்ளு இதோடு முடிந்து விடும். எங்கம்மா நிச்சயம் சவுக்குக் குச்சியை உடைத்துவிடப் போகிறார்.

சித்தப்பாவின் சைக்கிளில் போகும்போதே பயத்தோடு தூக்கமும் வந்து விட்டது. கேரியரில் உட்கார்ந்தபடியே தூங்கிவிட்டிருந்த என்னைத் தூக்கிக் கொண்டுபோய் திண்ணையில் கிடத்தியதும் “எங்கியாச்சும் பயந்துருக்கப் போகுது” என முனகியபடியே ஆத்தா திருநீறு பூசியதும் அரைகுறையாகத் தெரிந்தது. “சனியன் என்ன பாடுபடுத்தியிருச்சி... அங்க இருக்கா.. இங்க

இருக்கா.. என்னாயிருக்குமோ எதாயிருக்குமோன்னு.. நாளைக்கு இருக்கு உனக்கு" என்ற அம்மாவின் கோபக்குரலைக் கேட்காததுபோல் கண்களை இறுக மூடிக்கொண்டேன். மறுநாள் உதை விழுந்ததா என்பதெல்லாம் நினைவில்லை.

அதற்குப் பின்னால் அப்படி ஒரு விளையாட்டும், ஊர்வலமும் வாய்க்காத படி போடப்பட்ட கட்டுப்பாடுகள் நன்றாக நினைவில் இருக்கின்றன.

வள்ளிக்குட்டி என்ற ஜோதிகாவின் அம்மா

◆

"நீ வேலைய முடிச்சுட்டு அப்பிடியே கூட அங்க வந்துரலாம்..." பொறுமையாக சொல்லிக் கொண்டிருந்தாள் முத்துலட்சுமி.

"இல்ல முத்து... நீங்க போங்க நா வரல"

சாந்தியும் பிடிவாதமாக மறுத்துக் கொண்டிருந்தாள் .

"த பாருங்கிறன்... நாங்க டூர் போனப்ப, கலெய்டர் ஆபீஸ் போனப்ப எல்லாம் நீ வரல... ஏதாச்சும் சொன்னமா... அடுத்த தெருவுக்குக் கூட வர மாட்டேன்னா எப்பிடி..."

"வரலன்னா வுட்டுறேன்... .சமைச்சு வெச்சிட்டு இப்ப நா தேவராஜ் சார் வூட்டுக்கு போவனும்... விருந்தாடி வந்துருக்கு... காலைல சரிவராது ..."

இடத்தைக் காலி செய் என்பதுபோல் சாந்தி பேசியதும் முத்துலட்சுமி எரிச்சலுடன் கிளம்பினாள்.

இவள் கிளம்புவதற்குள் சுலோச்சனா அண்ணியோ தேவியோ வந்து பேசினால் தேவலாம்.

❖

"வய வரப்பு, வாய்க்காவெட்டு ஒருவேல பாக்கியில்லாம செய்வான்... தாய் தவப்பன் இல்லாம தட்டி முட்டி வளந்த பய...வேற மனுசாளு கெடயாது... எம் மருமவ வீட்டுக்கு நாலு வீடு தள்ளி இருக்கான்.."

நெல்லு வண்டிக்காரர் இப்படித்தான் கண்ணப்பனைப் பற்றி மாமாவிடம் சொல்லியிருந்தார். வரி பிசகாமல் உடன்பிறந்தாளிடம் வந்து சொல்லிக் கடமையை நிறைவேற்றினார் மாமா. மஞ்சக்காணியாக எழுதிக் கொடுத்திருந்த நூறு குழியை அண்ணன் பெயருக்கே மாற்றி எழுதிக் கொடுத்து வந்த தொகையில் சாந்தியின் திருமணம் முடிந்தது. அவ்வளவு வருடங்களும் சாகுபடி செய்துவந்த தங்கையின் நிலம் தன்னிடமே மீண்டதுதான் இந்த திருமணத்தில் மாமாவின் பெரிய திருப்தியாக இருந்தது. அதைத் தாண்டி கடனுக்கு அலையாமல், கையைக் கடிக்காமல் மகளைக் கரையேற்ற முடிந்த நிம்மதி தளும்பி

விட்டது போலும் தாய்க்கு.

கல்யாணம் முடிந்த பத்தாம் நாளில் புல்லறுக்கப் போன இடத்தில் கொட்டுக் கூடை மேல் கவிழ்ந்தபடி வரப்பிலேயே உயிர்விட்டிருந்தாள்.

சாந்தியின் வாழ்க்கை முற்றிலும் மாறியது.

ஒரு மாதம் போயிருக்கும். பேரளத்துக்கு ஒருநாள் சினிமாவுக்கு அழைத்துப் போனான். இந்த இரண்டரை வருட வாழ்க்கையில் தனியாகச் சொல்லக் கூடிய ஒரு அனுபவம் என்று அது மட்டும்தான் நினைவிருக்கிறது.

கண்ணப்பனுடைய களிமண் முகத்திலும் நகைக்கீற்று ஓடியது ஆச்சர்யமாக இருந்தது சாந்திக்கு. அவனுடைய அணுகல் கூட அன்று சற்றே இளகலாகத் தோன்றியது. அன்றிலிருந்து வீட்டில் ஒரு தொலைக்காட்சிப் பெட்டி வாங்கி வைத்துவிட வேண்டுமென்று படுபாடு பட்டாள்.

❖

கணக்கு வைத்து மணி கடையில் சாப்பிடுவது மாறி வீட்டில் சாப்பாடு. கூடுதலாகச் சில சௌகரியங்கள். இவ்வளவுதான் கண்ணப்பனுக்கும் கல்யாணத்துக்குமான பிணைப்பு. வேலை கிடைத்தால் போவதும், அரச மரத்தடியில் புரள்வதும், குடிப்பதுமான கண்ணப்பனின் வாழ்வில் சிநேகிதத்துக்கு இடம் வந்தபோது அதை நினைத்து மகிழும்படி ஒன்றுமில்லை. சேகரின் ஆட்டோ ஓடாத நாளில் சாந்தி எடுத்துக்கொள்ள கண்ணப்பனின் சட்டைப்பையிலும் ஒன்றும் மிஞ்சாது.

மசக்கைக்காரியான இவள் எடுத்ததைவிட அவன்தான் அதிக வாந்தி எடுத்துக் கொண்டிருக்கிறான் என்று அக்கம்பக்கம் ரகசியமாய்ச் சிரித்தது.

ஆனாலும் இடுப்புவலி கண்டபோது பெருஞ்சீரகக் கருக்கு போட்டுக் கொடுத்து மருத்துவமனையில் சேர்த்தது தெருசனம்தான். மறுநாள் ஒரு வழியாக யாரோ இழுத்துக் கொண்டு வந்திருந்தார்கள் அவனை. சற்றுநேரம் ஆடு மாதிரி நின்று கொண்டிருந்து விட்டுப் போய் விட்டான். பார்த்துப் போக வந்த மாமி பரிதாபப்பட்டு அழைத்துக் கொண்டுபோய் பத்தியச்சோறு போட்டாள். குழந்தைக்குப் பெயர் வைக்க வேண்டுமென்று சொல்லியனுப்பி அவனை வரவழைத்தார் மாமா.

“என்ன இருந்தாலும் மாப்பிளயில்ல! இவளும் ஆயி அப்பன் இல்லாத பொண்ணாயிட்டா... நல்லது கெட்டது செய்ய நம்மளவுட்டா எந்த நாதி இருக்கு...” புலம்பியபடியே மாமி உபசாரம் செய்து கொண்டிருந்தாள் .

ஒரு முழு நாள் வாலைச் சுருட்டிக் கொண்டு வேளாவேளைக்கு புதுச் சாப்பாடு சாப்பிட்டுக் கொண்டிருந்தவனிடம் பேச்சுக் கொடுப்பது மாமி

மட்டுமே. சாப்பிடுவதும் பத்தாயத்துக்கருகே கிடந்த பெஞ்சில் கிடப்பதுமாக இருப்பவனிடம் பேச மாமாவுக்கோ பிள்ளைகளுக்கோ ஒன்றுமில்லை. இதெல் லாம் சாந்திக்குப் பெரிய கவலையாகவும் இருக்கவில்லை.

புதிய கதாநாயகி ஒருத்தியின் பெயரைத்தான் தன மகளுக்கு வைக்க வேண்டுமென்பது அவள் ஆசை. தன் பெயர் மாதிரி, திரும்பின பக்கமெல்லாம் இருக்கிற பெயர் வேண்டாம். ஏழாம் வகுப்போடு படிப்புக்கு முழுக்கு போட்டவள் சாந்தி. அது வரையில் தினமும் எரிச்சலூட்டிய விஷயங்களில் ஒன்று... இவள் வகுப்பிலேயே ஆறு சாந்திகள். அதிலும் *K.* சாந்தி என்றே இன்னொருத்தி வேறு. தெருப்பெயர் சேர்த்து ஆசிரியர் பதிவேடு கூப்பிடுவார். ஆறாம் வகுப்பு சார் இதற்காகவே வகுப்பைப் பிரித்து மாற்றினார். பிள்ளைகள் குள்ள சாந்தி, வெள்ளை சாந்தி என்று அடையாளம் சொல்வார்கள்.

குள்ள சாந்திக்கு கல்யாணமாம் என்று அது தொடர்ந்து கொண்டேயிருந்தது. இப்போதுகூட யாராவது பேசிக் கொள்வார்களாயிருக்கும்... குள்ள சாந்திக்கு பொண்ணு பொறந்திருக்கு என்று.....

த்ரிஷா என்றோ ஜோதிகா என்றோ வைத்தால் நிச்சயம் தன் மகளுக்கு இந்தப் பிரச்னையே இருக்காது. அவர்கள் இருவரையும் சாந்திக்கு பிடிக்கும். தொலைக்காட்சியில் அவர்கள் படமும் பாட்டும் பார்த்தால் போதும். த்ரிஷா என்றால் ஒருவேளை மாமாவோ மாமியோ ஆட்சேபிக்கலாம்... வாயிலேயே நொழயாத பேர வெச்சு எப்பிடி கூப்பிடுறது என்று....

வெள்ளியில் கொலுசு, அரைஞாண் கொடி என்றெல்லாம் வாங்கி வந்து, பச்சைப் பிள்ளைக்காரி என்று தனக்கும் பணிவிடை செய்து கொண்டிருக்கும் அவர்கள் முகச்சுளிப்பு வேண்டாம்.

ஆனால், ஜோதிகா என்றால் அவ்வளவு கஷ்டமிருக்காது. ஜோதி எனச் சுருக்கமாக அழைக்கலாம் என்ற முன்னோட்டத்தோடு சொல்லிவிட வேண்டும். சோதி என்றுதான் ஆகிவிடும்.... தனக்கே அப்படித்தான் கூப்பிட வரும்... பரவாயில்லை....

ஜோதிகாவைப் போல் குறும்பான பாவங்கள் கொண்டு மகள் ஓடியாடும் கற்பனைகளோடு சாம்பிராணி போட்டுக் கொண்டிருந்தாள். தலைமுடியை நீவி விடுகையில் "ஆனா, எம் மவளுக்கு நல்லா கருகருன்னு சுருட்டமுடியா வரும்..." என்று திருப்தியாகச் சொல்லிக்கொண்டாள். இந்த நாயகிகளின் தலைமுடி செம்பட்டையாக இருப்பதில் அவளுக்கு அத்தனை பிடித்தமில்லை.

"நெதம் சாம்ப்பூவப் போட்டா... அப்பறம் அப்பிடிதான் போவும்.."

கிசுப்பாகப் பேசிக் கொண்டிருக்கையில்தான் மாமி சோறு கொண்டுவந்து வைத்தாள்.

“மாமி... பாப்பாவுக்குப் பேரு...” எனத் தொடங்கியபோதே,

“ஆங்.... அதெல்லாம் கேக்காம இருப்பமா.... அப்பறம் சாயந்தரம் வேல அலமலப்புல மறந்து போயிடப் போவுதேன்னு காலம்பறையே கேட்டு வெச்சிட் டேன்”

“கேட்டு வெச்சிட்டியளா......ஆருகிட்ட...”

“தெருவுல போறவ்வோட்டயா கேப்பாவோ... புள்ளையப் பெத்த அப்பாரு கிட்டதான் ..”

“அங்க போயி ஆரு கேக்கச் சொன்னா “

“நல்லாருக்குடி நாயம்... இதுக்கெல்லாம் ஆராவது வந்து சொல்லுவா வோளா... ஊரு ஒலகத்துல உள்ள வழக்கப்படி கேட்டேன்..”

மாமி எரிச்சலில் டக்கென்று தட்டை வைத்தாள். அதே வேகத்தில் பொசுக் கென்று தன் ஆசையை இழுத்துப்போட்டு நசுக்கிவிட்டு,

“கோச்சுக்காதீய மாமீ... என்ன பேருன்னு சொல்லிட்டாவொளா..”

“நல்லா சொல்லுவாவோளே... நம்ம கொளத்தங்கரப் புள்ளயாரும் ஒம் புருசனும் ஒண்ணுல்ல... கேட்டதே காதுல வுழாத மாறி, யாருக்கு வந்த விருந்தோன்னு சோத்தப் பெனஞ்சு பெனஞ்சு அடிச்சுகிட்டிருக்கு.... வுடுவனா... உலுக்கி எடுத்துப்பிட மாட்டேன்....” மாமி குழந்தைக்குத் துணி மாற்றிக் கொஞ் சிய படியே சுயதம்பட்டத்தைத் தொடர்ந்தாள்.

“எங்கம்மா கூட சொல்லிச்சு... வூட்டுக்கு வந்த மருமொவன்கிட்ட என்னடி வாயடி அடிக்கிறேன்னு... எனக்கு மவன் மொறதான போம்மான்னுட்டேன்... போட்டு அடிச்சி வாயப் புடுங்குனதுல ஒருவழியா எங்கம்மா பேர வெச்சி ருங்கன்னு சொல்லிட்டுக் கெளம்பியாச்சு கடத்தெருவப் பாக்க..”

அவனுக்கே நினைவு தெரியாத வயதில் செத்துப் போய்விட்ட தாயின் மேல் அவ்வளவு பாசமோ.. பார்த்தே அறியாத மாமியார் மேல் ஏனோ எரிச் சலாக வந்தது. ஆனால் “ஜோதிகா” கனவுக்கு வேட்டு வைத்தது ஒரு வகையில் மாமிதானே... செத்துப் போனவளை ஏன் கோபிக்க வேண்டும் என்று மனதை ஆறுதல்படுத்தினாள்.

மாமியோ, தாயின்மீது கொண்ட பாசத்தால், அவள் பெயர் கொண்ட மகள் முகம் பார்த்து கண்ணப்பன் மாற வாய்ப்பிருக்கிறது எனப் புதிய சோதிடம் சொன்னாள்.

புதுப்புடவை எடுத்துக் கொடுத்து, தலையில் வேப்பிலை செருகி, பிள்ளைக்கு திருஷ்டிப்பொட்டு வைத்து, பவுடர், மருந்து சேகரங்களோடு மாமி அனுப்பிவைத்தபோது மிகவும் நெகிழ்ச்சியாக இருந்தது சாந்திக்கு.

பிள்ளைப்பேறு பார்த்துக் கொண்டுவந்துவிட்ட எதிர்வீட்டு முத்துலட்சுமி யின் அம்மாவுக்கு பட்டுச் சேலை வாங்கிக்கொடுத்து அனுப்பினார்களே என நினைத்துக் கொண்டாள். ஒரு நைலக்ஸ் புடவையாவது மாமிக்கு வாங்கிக் கொடுத்துவிட வேண்டுமென்ற ஆசையில் வீடு திரும்பியபோது பூட்டிய கதவு தான் வரவேற்றது. யாரோ ஓடித்தேடி அவனிடமிருந்து சாவி வாங்கிக் கொண்டு வந்தார்கள்.

மாமாவும் அவளும் அதுவரை பிள்ளையை வைத்துக் கொண்டு முத்து லட்சுமி வீட்டில் காத்துக் கொண்டிருந்தார்கள். குழந்தைக்கு வள்ளி எனப் பெயர் வைத்த கதையை ஒவ்வொருவராகச் சொல்லிக்கொண்டிருந்தாள்.

கதவு திறந்து பிள்ளையைத் தொட்டில் கட்டிக் கிடத்தியதும் மாமா புறப் பட்டு விட்டார். ஒருவாய் சாப்பிட்டுவிட்டுப் போகலாம் என எவ்வளவோ வேண்டியும் கேட்கவில்லை.

வீடு கிடந்த கோலம் அவருக்கு உறுத்தாமலா இருந்திருக்கும்...

“ஏதோ... எங்களால முடிஞ்சத செஞ்சோம்... பாத்து பத்திரமா இருந்துக் கம்மா...”

கன்னாபின்னாவென்று கிடந்த பாய் தலையணைகளோடு உருண்ட பாட்டில்களையும் நிச்சயம் பார்த்திருப்பார். அவனிடம் நியாயம் பேச அவர் தயாரில்லை.

நகர்த்தி ஒழுங்கு செய்யத் துவங்கியதும்தான் இது டிவி இருந்த இடமா யிற்றே எனத் திடுக்கிட்டது. ஏதாச்சும் ரிப்பேரா இருக்குமோ... ரிப்பேருக்குக் கொடுத்தால் அதற்கென்று வாங்கிய கள்ளிப்பெட்டியுமா கொடுப்பார்கள்... உள்ளே அரிசி பருப்பு ஒன்றுமில்லை... சுலோச்சனாவிடம் கொஞ்சம் அரிசி வாங்கி வந்து உலை வைத்தாள். டிவி பற்றி கேட்கலாமா என நினைத்து விட்டு விட்டாள். வெட்கம்.. ஆத்திரம்.. இயலாமை.. உலைக்குப் போட்டியாகப் பொங் கியது...

டிவி வாங்கிவைத்தால் அதைப் பார்த்தபடி அதிக நேரம் கணவன் வீடு தங்குவான்... முத்துலட்சுமி புருஷன் மாதிரி கொஞ்சம் கொஞ்சமாகச் சிரித்துப் பேசிப் புழங்கக் கூடும். அவனும் குடிப்பவன்தான். ஆனால் எப்போதாவது என மாறிவிட்டான்... அவனுக்கு எது பிடிக்கிறதென்று தெரிந்து கொண்டு அதையே பார்க்கலாம் என்றெல்லாம் ஆசைப்பட்டு எத்தனை முயற்சி....

அவள் சொல்வதைக் காதிலேயே வாங்குவதில்லை கண்ணப்பன். இதுவும் அப்படியே. வருந்திக் கொண்டிருந்தபோது இலவசத் தொலைக்காட்சியையே விற்றுவிட்டவன் என்று ஏளனமாகச் சொன்னாள் பக்கத்துவீட்டு மணி அண்ணன் மனைவி சுலோச்சனா. கணவனிடம் கேட்பதில் பிரயோசனமில்லை எனத் தோன்றியபின் மணி அண்ணனிடம் சொல்லித்தான் தவணையில் வாங்க ஏற்பாடு செய்தாள்.

கேபிள்காரனைத் தேடிப்பிடித்து இணைப்பு கொடுத்துவிட்டு, கணவனுக் காகக் காத்திருந்தாள்.

வயிற்றுப் பிள்ளைக்காரி என்றும் பாராமல் எட்டி உதைத்தபோதுதான் தொலைக்காட்சியை ஓடவிட்டுவிட்டு தான் அயர்ந்துவிட்டது தெரிந்தது அவ ளுக்கு. பின்வந்த நாட்கள் அவள் ஆசைக்கும் அவனுக்கும் சம்பந்தமில்லை என்பதைத் தெரிய வைத்தது. அவன் வரும் நேரம் டிவியை அணைத்துவிட வேண்டும் எனப் புரிந்துகொண்டாள்.

“கண்ணப்பன் இல்ல....” அசட்டு இளிப்போடு சேகர் ஆட்டோவைக் கொண்டு வந்து நிறுத்தினால் அன்றும் உதை கிடைக்கும்.

வயிற்றுப்பிள்ளையோடு நல்லதண்ணீர் தூக்கிக் கொடுப்பது, பூக்கட்டிக் கொடுப்பது என இயங்கலானாள். குழந்தை பசியில் வீறிடும் நேரம் தள்ளாடிய படி நுழைந்த அவனிடம் கேட்க எவ்வளவோ உண்டுதான். ஆனால் எதைக் கேட்பது... எப்படி..

காலையில் சாந்தி கேட்கத் துவங்கியபோது குடிக்காமலேயே கண்ணப்ப னின் வாய் நாற்றம் தாங்கவில்லை.

இப்படியெல்லாம் பேசுவானா இவன்...

தவணை கட்டாமல் விட்டதால் வீடு தேடி வந்தவனிடம் சண்டை என்பது வரைதான் சுலோச்சனாவுக்கு தெரிந்தது. மணி அண்ணனும் வேலை தேடி வெளியூர் போய்விட்டதால் கடைக்காரன் எடுத்துப் போய்விட்டானா இவன் விற்றுவிட்டானா என்றும் வெகுநாள் தெரியவில்லை. பொங்கலுக்கு வந்த மணி அண்ணன்தான் கேட்டு வந்தார். அவள் கட்டியதும் போயிற்று என்று....

இட்லிப்பானை, கடிகாரம், குடை எல்லாம் கூட அடகு பிடித்துக் கொண்டு பணம் கொடுப்பார்களாமே சாராயக் கடையருகில்.. அக்கம்பக்கம் தன்வீடு காட்டிப் பேசிக் கொள்வதையும் தாண்ட வேண்டியிருந்தது.

பிள்ளையைத் தூக்கிக் கொண்டு பிச்சை எடுக்க மனசில்லை. மற்றபடி நிலைமை அதுதான்.

டீச்சர் வீட்டில் வேலைக்கு ஆள் தேவை என மளிகைக்கடையில்

சொன்னதைக் கேட்டுவிட்டு பிள்ளையோடு போய் நின்றாள்.

"பச்சப் பிள்ளக்காரிட்ட எப்பிடிம்மா வேல வாங்குறது..." தயங்கினாள் பூரணம் டீச்சர்.

"புள்ளைய இங்ஙனக்குள்ள தொட்டி கட்டிப் போட்டுட்டு வேல செய்ய வுட்டீங்கன்னா போறும் டீச்சர்" சாந்தியின் தொண்டையடைத்துக் கண்ணீர் வழிந்து நின்றதில் பூரணம் டீச்சர் கரைந்து போனாள்.

கண்ணப்பன் குடித்துவிட்டு இங்குவந்து நிற்கக் கூடாது என நிபந்தனை போட்டபடி தேவராஜ் சாரின் மனைவியும் ஏற்றுக் கொண்டாள். மாதாமாதம் பணம் பிடித்துக் கொள்ள சம்மதித்து பழைய டிவியைக் கூட தேவராஜ் சார் வீட்டில் கொடுத்தார்கள். மதிய நேரம் மகளை அருகே கிடத்தியபடி ஏதாவது பார்ப்பாள். ஒரு நாள் ஜோதிகா அழகாக சேலைகட்டி டீச்சர்வேலை பார்க்கும் படம் ஓடியது.

தேவராஜ் சாரின் அண்ணன் பக்கத்து ஊரில் கான்வென்ட் நடத்துகிறார். மகளை எப்படியாவது அதில் சேர்த்துவிட வேண்டும். அவளும் ஒருநாள் இப்படி வண்ணமாகச் சேலைகட்டி டீச்சராகவோ ஆபீசராகவோ வருவாள்.... வரவேண்டும்... பூக்கட்டும் வேலையையும் மதிய ஓய்வுக்கு கேட்டு வாங்கிக் கொண்டுவந்தாள்.

தொட்டிலில் கிடந்தவரை பரவாயில்லை. தவழ்ந்து, நகரும் பிள்ளையை வீட்டில் யாராவது பார்த்துக் கொண்டால் தேவலாம். பூரணம் டீச்சர் வீட்டின் கிணற்றடி அருகில்தான் அதிகநேரம் வேலை இருக்கும்.

எச்சில் ஒழுக மிழற்றும் பிள்ளையை ஏறிட்டும் பாராமல் விழுந்து கிடக்கும் கணவனைத் தவிர யார் இருக்கிறார்கள் பார்த்துக்கொள்ள.... தூங்கிக் கொண்டிருக்கும் அவனருகே குழந்தையைக் கிடத்திவிட்டு மெதுவாக நகர்ந்தாள் ஒருநாள். தக்குபிக்கென்று அது பேசுவதையும், தொட்டுத் தொட்டு அடிப்பதையும் பார்த்து அவனுக்கு ஈர்ப்பு வராதா என்று ஒரு நப்பாசை..

"ஏ சனியனே.. எங்கடி போன புள்ளைய வுட்டுட்டு...."

இதற்கு மேலான அவன் வார்த்தைகளை நினைத்துப் பார்ப்பதும் குமட்டும்.

"இவன் கொளத்தங்கரப் புள்ளையாரு மாறி பேசாமையே இருந்திருக்கலாமே... பெருசா எங்கம்மா பேரு வையின்னு வாயத் தொறந்தானே... ஒரு நாளு... ஒரு பொளுது அந்தப் பேரச் சொல்லிக் கொஞ்சக் கூட இல்ல... இவனைச் சொல்லி என்ன செய்யிறது... வேலியில போற ஓணான எடுத்து காதுக்குள்ள வுடுறமாறி வாயப் புடிங்கி என் வவுத்தெரிச்சலக் கொட்டியிட்ட

மாமியச் சொல்லணும்”

ஜோதிகான்னு பேரு வெச்சிருந்தா எவ்ளோ அழகா இருக்கும்... சோதி சோதின்னாவது கூப்புடுவாவோ... இப்ப வள்ளிங்கறதும் போயி வள்ளிக்குட்டி ஆயிட்டா....

முன் வாசலில் உட்கார்ந்துகொண்டு குழந்தையைப் பார்த்துக்கொள்ளும் பூரணம் டீச்சரின் மாமியாருக்கு அப்படிக் கூப்பிடத்தான் பிடித்திருந்தது.

வேலைக்காரியின் குழந்தைதானே என்ற அலட்சியம் இல்லாமல் கொஞ்சிக் கொஞ்சிப் பார்த்துக் கொள்பவளிடம் எப்படிக் கண்டிப்பது.... வருத்தப் படுவது....

பள்ளியில் சேர்த்துவிட்டால் பெயரை மாற்றிவிடலாம். அது வரை எப் படியோ போகட்டும். தேவராஜ் சார் கான்வெண்டில் இடம் வாங்கித் தருகிறேன் சாந்தி என்று சொல்லியிருக்கிறார்.

மாறமல்லாக்க குடிச்சிட்டு விழுந்து கெடக்கான் பாரு உம்புருசன் என்று யாராவது சொல்லிப் போகும்போது ஆத்திரமாக வரும். தன் கை... தன் பிழைப்பு... இவனைத் தலை முழுகிவிட்டு எங்காவது போய் விடலாமா என நினைப்பாள்.

பிள்ளையைப் பார்த்துக்கொள்ள, கைமாற்று கொடுக்க வாங்க என்று தெரிந்த இந்த ஊரை விட்டு வேறெங்கு போவது... மிரட்சியாகிவிடும்... பிள்ளை யின் படிப்பு வேறு....

ஒருவழியாக தேவராஜ் சார் பள்ளி விண்ணப்பம் வாங்கி வந்திருந்தார். அவரையே நிரப்பித்தர வேண்டினாள்.

பேரு வள்ளிக்குட்டின்னு எளுதிராதீங்க சார்....

தெரியும்மா... வள்ளின்னுதான் எழுதுவேன்

இல்ல சார்.... ஜோதிகான்னு எளுதுங்க.

வியப்பும் கிண்டலுமாக நின்ற கணவன் மனைவியிடம் வெட்கத்துடன் தன் ஆசையைச் சொன்னாள். கதையைக் கேட்டதும் சார் சற்றே சந்தேகத் துடன் கேட்டார்...

அப்பிடின்னா உம்புருசனுக்குக் கோவமாயிரப் போவுது....

ஆமா... அப்பிடியே வாரிவழங்கி பேரு சொல்லிக் கொஞ்சுறது வீணாப் போவுதாக்கும் அவன் கோச்சிக்க” என்று அவர் மனைவி நொடிக்க அதையே பிடித்துக் கொண்டாள் சாந்தி.

பரவால்ல சார் நீங்க எளுதுங்க

பிறகுதான் சொன்னார் அவன் கையெழுத்து போடவேண்டுமென....

இது வேறயா....

அப்போதும் அவளுக்குத் தோன்றவில்லை அவன் இவ்வளவு பெரிய ரகளை செய்வானென்று ...

எம்புள்ளக்கிப் பேரு வெக்க நீ யாருய்யா என்று சார் வீட்டு வாசலில் கத்தி ஒரே அசிங்கமாகிப் போனது. நல்லவனோ கெட்டவனோ அந்த சேகர்தான் வந்து இழுத்துப் போனான்.

முத்துலட்சுமி, சுலோச்சனா அண்ணி, தேவி எனத் தெருப் பெண்கள் எல்லோருமாகச் சேர்ந்து குழு வைத்திருந்தார்கள். பயிற்சிக்குப் போவது, கண்காட்சி, கூட்டங்களுக்குப் போவது என்று ஒரே மாதிரிப் புடவை கட்டிக் கொண்டு போவார்கள். "உம் பேரும் சேத்துக்கறேன் சாந்தி" என்றபோது சீட்டில் சேர்ந்திருப்பதால் தலையாட்டி வைத்தாள்.

சாராயக்கடையைப் பக்கத்துத் தெருவில் திறக்கப் போகிறார்கள்... .நாங்க ளெல்லாம் மறியல் செய்யப் போகிறோம்... நீயும் வா என்றாள் முத்துலட்சுமி. அவள் கணவன் எப்போதாவதுதான் குடிப்பான். மணி அண்ணன் கூட அப்படித்தான்.

சாந்திதான் வரிந்து கட்டிக் கொண்டு வருவாள் என எதிர்பார்த்தவர் களுக்கு அவள் மறுப்பு எரிச்சலும் ஏமாற்றமுமாய் இருந்தது. நீதான் மின்னாடி நிப்பன்னு பாத்தா இப்பிடி சொல்றியே "ஆத்திரப்பட்டாள் சுலோச்சனா. பைப்பு வேணும்னு மனு குடுத்தப்ப பாயிண்டா நீதான பேசுன... இப்ப என்னா பயம்.."

"பயம்லா ஒண்ணுல்ல... எனக்குப் புடிக்கல..."

ஒருத்தி இப்படிப் பேசத் தொடங்கினால் மற்றவர்களுக்கும் பரவுமோ என எரிச்சலடைந்தாள் தேவி. சம்பந்தமேயில்லாத பூரணம் டீச்சர் கூட மாமியா ரையும் அழைத்துக்கொண்டு வருவதாகச் சொல்லியிருக்கும்போது இவளுக்கு என்ன கேடு...

த பாரு சாந்தி.. ஊருக்காவ போவேணாம்... ஒன்ன நெனச்சி பாரு... எட்டு தெரு தாண்டி ரோட்டுமேல கட இருக்கயிலேயே சம்பாரிக்கிற காசு பூரா குடிச்சே அழிக்கிறாரு ஓம்புருசன்... நீ வாங்கி வெக்கிறதும் அங்கதாம் போவுது... கைக்குள்ள கடையத் தொறந்து வெச்சா பொளுதன்னிக்கிம் குடிச்சே கொடலு வெந்து போவப் போறான்

போவட்டும்... போறவன் சீக்கிரமா அப்பிடியே போவட்டும்... நல்லா கடையத் தொறக்கட்டும்... அவன் நாசமாப் போவட்டும். எம் புள்ளக்கி நானே கையெளுத்து போட்டு நானே பேரு வெச்சிக்கிறேன்... அவன் கொடலு வெந்து

போவட்டும்....

கத்திக் கொண்டிருக்கும் வேகத்தில் அந்த தீர்வு வந்துவிடும் போல தலை யோடு கால் ஆடிக்கொண்டிருந்தது சாந்திக்கு..

உள்ளே தொலைக்காட்சியில் ஏதோ ஒரு ஊரில் பெண்கள் கடையை உடைத்துக்கொண்டிருந்தார்கள்

விருந்தும் மருந்தும்

◆

மிக தர்மசங்கடமான சூழ்நிலையாகிவிட்டது. இந்த அம்மா ஏன் இப்படி பெருமையடிக்க வேண்டும்... பெருமையென்ன பெருமை.... அந்தச் சின்ன ஊரில்! இல்லாவிட்டால் தெரியாதாக்கும். தானாகவே வந்து கேட்பார்கள் நினைவில் வைத்துக்கொண்டு.. அப்போது என்ன சொல்ல முடியும்.. மறுத்துச் சொல்ல வேண்டும் என்றே தோன்றாது கூட.... அந்த வீட்டுப் பழக்கம் அப்படி....

சொந்தக்காரர்கள்தான் என்றில்லை. அவர்களுக்கு வேண்டியவர்கள் கூட வருவார்கள். தாலுகா அலுவலகத்தில் வேலையாக வந்தவர்கள், பின்னிரவிலோ, அதிகாலையிலோ ரயிலேற வேண்டியவர்கள், கடைசிப் பேருந்தைத் தவற விட்டவர்கள் என்று யாரேனும் வருவார்கள். கிணற்றடியில் குளியல், திண்ணையிலோ, பெஞ்சிலோ படுக்கை... சாப்பாட்டுக்கு இருந்தாலும் பிரச்னையில்லை. பிரசவ ஆஸ்பத்திரியில் மகளையோ, மருமகளையோ சேர்த்துவிட்டு பத்தியச் சாப்பாடு எடுத்துப் போகக்கூட வருவார்கள். வீட்டில் யாரும் சௌகரியம், அசௌகரியம் என்றெல்லாம் பேசியதில்லை. இங்கோ மனிதர்களும் அப்படியில்லை. வீட்டு நிலைமையும் அப்படியில்லை. பொருளாதாரம் கூட ரெண்டாம் பட்சம்தான். எலிப்பொந்தைவிடச் சற்றே பெரியது இந்த வீடு. ஒரு அறை. அதற்குள்ளேயே குளியல், கழிப்பறை. முன்னறையின் ஓரத்தில் சற்றே தடுத்து சமையலறை.

குடித்தனம் வந்த அன்று அவளுக்கு ஒன்றுமே புரியவில்லை. தெரியாத்தனமாக ஓர்ப்படியிடம் முணுமுணுத்தாள் "என்னக்கா இவ்ளோ சின்ன வீடா.. எப்படி சாமான் செட்டெல்லாம் வெக்கிறது" என்று.

"நம்ப மட்டும் என்ன கப்பல்லையா கொண்டாந்து எறக்கியிருக்கோம். எல்லாம் வெக்கிறபடி வெச்சா எட்டூரு ஜாமான் வெக்கலாம் இஞ்ச"

அவள் இப்படி டவுனில் தனிக் குடித்தனம் பண்ண முடியாமல் கிராமத்தில் குப்பை கொட்டும் எரிச்சலில் இருந்திருப்பாள்போல. ஆனால், கட்டில் பீரோ

இடுக்குகளை எல்லாம் இடமாக உருவாக்கி, ஒற்றை ஸ்லாபிலும், கட்டிலுக்கடி யில், பீரோ மேல் என்றெல்லாம் அவ்வளவையும் அறைக்குள் வைத்துக் காட்டி யவள் அவள்தான்.

முன்னறைதான் டிவிக்கும் ரெண்டு நாற்காலிக்கும். ஒரு நாடாக் கட்டில் வாங்கிப் போட்டு வைத்தார்கள் மாமனார் மாமியார் வந்தால் இருக்கட்டும் என்று. அதை விரித்துப் போட்டால் நாற்காலியை மடக்கிவிட வேண்டும். சரோஜினியின் பிறந்த வீட்டிலிருந்து யாருக்கும் இங்கு வந்துபோக ஆவலோ, சந்தர்ப்பமோ கிடையாது. ஆடி அழைப்பு, தீபாவளி வரிசை எல்லாமும் சம்பந்தியிடம்தான் வைக்க வேண்டும் என்று அங்கேயே முடித்துக் கொண் டார்கள். இவர்கள்தான் போவது.... வருவது.

ஒரு டிசம்பர் குளிர் மாலையில் திடீரென மில்லுகாரர் வீட்டு பெரியம்மா வும், திருத்துறைப்பூண்டியில் கட்டிக் கொடுத்த அவர்கள் மகளும் வந்து மணியடித்தார்கள். சந்தோஷமாய்க் கதவு திறந்தாள் சரோஜினி. இருந்த பாலில் டீ போட்டுக் கொடுத்தாள். அதற்குள் முத்தையன் வந்துவிட்டான். கனத்த உடம்பை சிரமத்தோடு எழும்பி "வாங்க மாப்பிளே" என நெளிந்தாள் பெரி யம்மா. ஒரு ஓரமாய்ச் சுருண்டிருந்த விஜி அக்கா அதற்குள் தூங்கியே விட் டாள். அவசரமாய் பெரியம்மா அவளைத் தட்டிவிட மலங்க மலங்க விழித்தபடி எழுந்து உட்கார்ந்தாள்.

"வாங்க... இருக்கட்டும் இருக்கட்டும்.." என முனகியபடி அறைக்குள் நுழைந்து கதவைச் சார்த்திக் கொண்டான் முத்தையன். பின்னாலேயே வந்து இடுக்கில் நுழைந்துவிட்ட சரோஜினியிடம் யார் என்பதுபோல் சாடையில் வின வினான்.

"ஊர்ல எங்க வீட்லயிருந்து நாலாவது வீடுங்க. மெயின் ரோட்டுல ஒரு மாவு மில்லு இருக்குல்ல... அது இவுங்களுதுதான். அந்தக்கா அவுங்க பொண்ணு..."

"எங்க இங்க" அடிக்குரலில்தான் பேச வேண்டும். இல்லாவிட்டால் வெளியில் கேட்கும்.

அதற்குள் கைலிக்குள் நுழைந்திருந்தான்.

"பாவம்.. விஜியக்காவுக்கு எதோ உடம்பு சரியில்லியாம். திருத்றப் பூண்டில கட்டிக் குடுத்துது அவுங்கள. அங்க இங்க பாத்து ஒண்ணுஞ்சரிவராம இப்ப நம்ப ஊரு ஆஸ்பத்திரில பாக்க சொல்லி தஞ்சாவூர்ல ஒரு டாக்டர் எளுதிக் குடுத்துருக்காரு..."

"அதெல்லாஞ்சரி... இங்க எங்க..."

அவளுக்கு ஏனோ எரிச்சலாக இருந்தது.

"ஆஸ்பிடல்ல எதோ டெஸ்டு எடுக்கனும்னு நாளைக்கிம் வரச் சொல்லிட் டாங்களாம். அதான், ராத்திரி இருந்துட்டுப் போலான்னு வந்திருக்காங்க."

முத்தையனுக்கு அவ்வளவு உவப்பாக இல்லாத பாவனையைக் கவனி யாததுபோல வெளியே தாவிவிட்டாள்.

"தோச ஊத்துறேம் பெரியம்மா. செத்த இருங்க. மொளாப்பொடி தொட்டுக் குவியாக்கா..." என இயல்பாகப் பேசியபடி வேலை பார்த்துக் கொண்டிருந் தாலும் முத்தையனின் கண்கள் முதுகுவழி துளைப்பதைப் போல ஒரு பிரமை. மனுஷன் பார்வையே சரியில்லையே என்று உள்ளே கசப்பு ஓடிக் கொண்டிருந் தது. மடித்து வைத்திருக்கும் நாடாக் கட்டில் பக்கம் பெரியம்மாவின் பார்வை போய்ப் போய்த் திரும்பினாலும் கவனித்துக் கொள்ளாமல் பீரோமேல் சுருட்டி வைத்திருந்த ரெண்டு பாய் தலையணையை எடுத்துப் போட்டாள். கட்டிலை விரித்தால் முன்னறையில் நடமாடவே கஷ்டம். அப்பா அம்மா என்றால் கொஞ்சம் சிரமத்தோடு சகிப்பானாய் இருக்கும். இப்போ எதுக்கு வீண் வம்பு.

முத்தையனுக்கு தோசைத்தட்டு உள்ளேயே போனது. முன்னறைக்கு வந்து டிவி பார்க்கமுடியாத எரிச்சல் வேறு அவனுக்கு. ரெண்டு தலை யணையை எடுத்துப்போட்டுக்கொண்டு தரையில் படுத்தபடி எதையாவது பார்த்துக்கொண்டே இருப்பான். அப்படியே உட்கார்ந்து சாப்பிட்டால் கொஞ் சம் ஆசுவாசமாய் இருக்கும். அதுக்கும் வழியில்லை. படுக்கையறைக் கதவை யும் ஒருக்களித்துதான் வைக்க வேண்டும். தாயோ மகளோ கழிப்பறை போக வேண்டியிருந்தால் என்ன செய்வது....

"இன்னக்கி மறுடி தோசக்கி அரச்சியா .."

"இல்லியே.. ஏன்"

"ம்ம். இப்ப நாலு பேருக்கு தோச சுட்டு சட்டியக் கவுத்திருப்ப... காலம்பற.."

அவனுக்கு மறுநாள் சீக்கிரம் போக வேண்டியிருக்கும் என்பது அப்போது தான் நினைவு வந்தது.

"அதுக்கென்ன...பொங்கல் செஞ்சிடுறேன். சீக்கிரமா எந்திரிச்சிடலாம்..." சிரிக்க முயன்றவாறே பார்த்தபோது கண்ணை மூடிக்கொண்டிருந்தான்.

காலையில் அவன் அவசரமாகக் கிளம்பும் அதே நேரம் அவர்களும் குளியலறை, கழிப்பறை பயன்படுத்த வேண்டியிருந்தது. பேச நேரமும் இல்லாத தால் ஏதும் வெளிப்படாமல் புறப்பட்டாயிற்று. எல்லோரையும் அனுப்பிவிட்டு பாத்திரம் தேய்க்க வந்தபோது விடுதலையாகத் தோன்றியது சரோஜினிக்கே என்னவோ போலிருந்தது.

மில்லுகாரருக்கு இந்தப் பெரியம்மாவும் இவள் தங்கச்சியுமாக இரண்டு தாரம். இந்த விஜியக்கா இளையாளின் மகள்தான். இந்தப் பெரியம்மாவுக்கு ஒரே மகன். இது எப்போதும் கணவனுடன் மாவு மில்லிலேயே கிடக்கும். காசு வாங்குவது, ஆட்களைக் கவனிப்பது, வருவோருடன் ஏதாவது பேசிக் கொண்டு சின்னப் பிள்ளைகள் தூக்கோடு வந்தால் மிளகாய்த்தூள், மாவு எதையும் பார்த்து ஆறவைத்துக் கொடுக்கும்.

அடுத்த வாரம் மீண்டும் வந்துவிட்டார்கள் தாயும் மகளும்.

இம்முறை "மாப்புளக்கி புடிக்கிம்னு சுப்பு சொல்லிச்சி " என்றபடி ஒரு சின்ன சம்புடத்தில் அதிரசத்தை எடுத்து வைத்தார்கள். கூடவே, "உங்கம்மா குடுக்க சொல்லிச்சி" என்று ஒரு பையையும் நீட்டினார்கள். அதனாலோ என்னவோ சற்று முறுக்குக் குறைவாக இருந்தான் முத்தையன். பருத்த உடலை வைத்துக் கொண்டு பெரியம்மா தரையில் உட்கார, எழுந்திருக்க முனகுவதைப் பார்த்து "அந்தக் கட்டிலை எடுத்துப் போடேன்" என்றுகூட அரைமனதுடன் சொன்னான்.

மறுநாளும் அவர்கள் தங்கவேண்டி வந்தது. முகமே சரியில்லை. பரிசோதனைகள் பழையது எல்லாவற்றையும் தள்ளிவிட்டு இங்கேயே எடுத்தாக வேண்டுமென்று அலையவிட்டுக் கொண்டிருந்தார்கள். அரசு நிறுவனம். மள மளவென்று வேலை நடக்காது. இவர்களைப் பரிசோதித்த மருத்துவரின் அடுத்த முறை வரும்போதுதான் அடுத்த கட்டத்துக்குப் போவார்கள். பெரிய செலவில்லை என்பதுதான் ஒரே ஆறுதல்.

இதுவரை வைத்திருந்த சோதனை முடிவுகளடங்கிய பையை ஆராய்ந்தான் முத்தையன். விஜியக்கா தன் புகழ்பெற்ற மீன் குழம்பை இரவுக்காகச் சமைத்துக்கொண்டிருந்தாள். அவளுடைய கணவன், பிள்ளைகள் எல்லோருமே இந்தக் குழம்பென்றால் உயிரை விடுவார்களாம்.

அதற்குமேல் ரகசியம் காக்க முடியாமல் இரவு உணவுத் தட்டோடு அறைக்குள் சென்ற சரோஜினியிடம் மெதுவாக "புத்து நோயாட்டம் தோணுதுன்னு தஞ்சாவூர் டாக்டரே எழுதியிருக்காப்ல" என்றான். மெதுவாக என்பதன் இலக்கணம் தாண்டிவிட்டது போல. பெரியம்மாவின் காதில் விழுந்துவிட, "ஆமா பாப்பா... அதாஞ் சொன்னாவோ" என்றாள் உரக்க.

சரோஜினிக்குதான் அழுகை அழுகையாய் வந்தது. தாயும் மகளும் எதையும் காட்டிக் கொள்ளவில்லை. ஏற்கனவே வருத்தப்பட்டு முடித்து விட்டார்கள் போல.

"ஆரம்ப கட்டந்தானாம். இங்கன நல்லா பாப்பாங்க... பயமில்லன்னு கூட சொன்னாவோ பாப்பா" சம்பந்தமேயில்லாமல் பாத்திரம் கழுவிக் கொண்டி

ருந்தவளிடம் வந்து சொன்னாள் விஜி.

மறுநாள் அவர்கள் போனபிறகுதான் முத்தையன் புறப்பட்டான்.

"த பாரு சரோ....இதுல்லாம் ஒருநா ரெண்டுநா சமாசாரமில்லே.. மாசக் கணக்கா வைத்தியம் பாக்கணும்... ஒவ்வொரு வாட்டியும் இஞ்சையே வந்தா சரிப்படாது. இந்த மாதிரி வரவங்க அங்கியே தங்குற எடம்லாம் கட்டி வுட்ருக்காங்க. அங்க தங்கிக்க சொல்லி சொல்லி வுட்டுரு... அதோட வியாதி வெக்கைன்னு... எனக்கு சரிவராது... அட.... பயம்னே வெச்சிக்கியேன். .எதாருந் தாலும் அவுங்க இனிம இஞ்ச வரவேண்டாம் ..."

சீ என்று இருந்தது. விஜியக்கா மேல் பரிதாபம் கூட வரலியா. ஆனால் நாட்டாமை தீர்ப்பு சொன்னால் சொன்னதுதான். மனைவி சொன்னால் கணவன் மார்கள் அப்படியே கட்டுப்பட்டு கேட்பது, அவள் கோபத்துக்கு அஞ்சுவது இதெல்லாம் சினிமாவில் இல்லை அடுத்த வீட்டில்கூட நடக்கும். இங்கே நடக் காது அவ்வளவுதான்.

அம்மா ஏதாவது யோசனை சொல்வாள் எனத் தோன்றியது. எதிர் வீட்டுக்குத் தொலைபேசியில் அழைத்து சொல்லிவைத்து பிறகு மீண்டும் கூப் பிட்டுப் பேசவேண்டும். அம்மாவோ, இவள் பேசுவதையெல்லாம் அவர்கள் வீட்டுக்குப் புரிகிற மாதிரி விளக்கிவிட்டுத்தான் வீடு திரும்புவாள். தன்னையும் ,கணவனையும் தெருகாரர்கள் தவறாக நினைக்கலாம். அவள் வளர்ந்த பின் னணியோடு ஒப்பிட்டு "சரோவாஇப்பிடி.." என்று கூட நொடிக்கலாம்.

அடுத்தமுறை அவர்கள் வரவேண்டிய நாளன்று காலையிலேயே சரோ வுக்குப் பதட்டம் கிளம்பிவிட்டது. திடீரென அலுவலகத்தில் அவனை வெளி யூருக்கு அனுப்பிவிட அன்று அவர்கள் வரக்கூடும் என்பதையே மறந்து அவ சரமாகப் போய்விட்டான்.

ஊகித்து சமைத்துக் கொண்டிருந்தபோதே களைப்புடன் தாயும் மகளும் வந்து சேர்ந்தனர். இரவு நிதானமாகச் சாப்பிட்டுவிட்டு பாத்திரம் தேய்த்தபடியே பேச்சைத் துவக்கினாள். குழாய் பக்கம் திரும்பியிருப்பது முகம் பாராமல் பேச வசதியாக இருந்தது.

"ஏம் பெரியம்மா.. .நீங்க ஏன் ஒவ்வொரு வாட்டியும் இவ்ளோ தூரம் அலையணும்... அங்கதான் ஆஸ்பத்திரி கிட்டயே இந்தமாரி வர்றவுங்க தங்குற துக்கு ரூமுல்லாம் இருக்காமே... காசுகூட இல்லேன்னு சொல்றாங்க"

"பாத்தோம் பாப்பா... ரூம்பு இல்ல... பெரிய கூடமாட்டம் கட்டி வுட்ருக் கான்... எல்லாம் தலமாடு கால்மாடா உளுந்து கெடக்குவோ... முடியாததுவோ அங்கனக்குள்ளயே ஒக்காந்து வாந்தி எடுக்குது... பாப்பா என்னன்னா எனக்கு

இங்கன புடிக்கவேயில்லம்மா.... நம்ப பாப்பா வூட்டுக்கே போயிடலாம்மான் னுட்டா ..."

என்ன சொல்வதென்றே தெரியவில்லை... விஜியக்காவை நினைத்தோ, தன் கையறு நிலையை நினைத்தோ உகுத்த கண்ணீரும் உருண்டு பாத்திரம் கழுவியது.

ஊரிலிருந்து திரும்பியதும் முத்தையனுக்கு ஞாபகம் வந்துவிட்டது. வந்தார்களா... என்ன சொல்லி அனுப்பினாள் எனத் துளைத்தான்.

தான் இல்லாதபோது துணையாகிவிட்டதால், அன்று தங்கியது பரவா யில்லை. ஆனால் இது தொடரக்கூடாது என்று திட்டவட்டமாகச் சொல்லி விட்டான்.

வெட்கம் பாராமல் அம்மாவைத் தொலைபேசியில் அழைத்து எப்படி யாவது பெரியம்மாவிடம் சற்றே குறைந்த செலவில் தனி அறைகள் ஆஸ்பத் திரி பக்கம் இருப்பதை எடுத்துச் சொல்லி அனுப்பு என்று விளக்கினாள்.

இருப்பினும் அவர்கள் வரக்கூடிய நாளின் காலையே மிகக் கனமாக இருந்தது. பக்கத்தில் ஒரு கோயிலில் பஜனை நடைபெறுவதைச் சொல்லி அங்கே போய்விடுமாறும், அவர்கள் ஒருவேளை வந்தாலும் வீடு பூட்டியி ருப்பதைப் பார்த்து வேறு வழியில்லாமல் ரூமுக்குப் போய்விடுவார்கள் என்று மனைவிக்கு உதவும் விதமாக யோசனை சொன்ன திருப்தியோடு தானும் வரத் தாமதமாகும் என்று புறப்பட்டான் முத்தையன்.

கேவலமாக இருந்தது. ஆனால் இதற்குமேல் தன்னால் சமாளிக்க முடி யாது எனத் தவித்த மனதோடு மாலை கோயிலுக்குப் போய்விட்டாள். என் னவோ பாடிக் கொண்டிருந்தார்கள். இவளும் கை தட்டிக் கொண்டிருந்தாள்.. இந்நேரம் வந்திருப்பார்களோ, பூட்டைப் பார்த்துத் திகைத்திருப்பார்களோ என்றெல்லாம் மனதில் ஓடிக்கொண்டிருந்தது. அம்மா சொல்லிவிட்டாளா என்று ஒரு முறை தொலைபேசியில் எதிர் வீட்டுக்கு அழைத்துக் கேட்டிருக் கலாமோ.... இங்கே எதிர்வீட்டில் கூட ஒன்றும் சொல்லவில்லை. கணவனும் தான் தாமதமாக வருவேன் என்றானே... அவன்தானே கோயிலுக்குப் போகச் சொன்னான்... பெரியம்மா ஒருவேளை அவர்கள் வீட்டில் கேட்டிருந்தாலும் விவரம் கிடைத்திருக்காது. ஆஸ்பத்திரி அருகே போகும் கடைசி பேருந்து இன்னும் அரை மணியில் கிளம்பிவிடும். ஆளையும் காணோம்.. விவரமும் தெரியவில்லை என்றால் போகத்தானே வேண்டும்....

பஜனை முடிந்ததும் பிரசாதம் கொடுக்க ஆரம்பித்தார்கள். இவளும் போய்ப் பரிமாற ஆரம்பித்தாள். வெறுமனே எவ்வளவு நேரம் நிற்பது.... மகிழ்ந்து போன சக பக்தை ஒருத்தி இனி எப்போதும் சேவைக்கு வருவாளா

என இவளை விசாரித்தாள். முகவரி கேட்டாள். யாரிடம் சொன்னாலும் வீட்டுக்கு வந்துவிடுவார்களோ என்ற அச்சம் தோன்ற காதில் விழாதது போல வாளியில் சர்க்கரைப் பொங்கல் நிரப்ப நகர்ந்தாள்.

தானும் உண்டு, கணவனுக்காக வாழையிலைத் துண்டில் சர்க்கரைப் பொங்கலை மடித்துக்கொண்டு வீடு திரும்பினாள் சரோஜினி. மாடிப்படியில் ஏறுபவர்களுக்கு வழி விடுவதற்காக ஒடுக்கிக்கொண்டு உட்கார்ந்திருந்த பெரியம்மா சிரமப்பட்டு எழுந்து "வந்துட்டியா பாப்பா... கோயிலுக்கா போயிருந்தே" என்றபடி முட்டியைப் பிடித்துக்கொண்டாள். அதற்கு மேல்படியில் ஒடுங்கியிருந்த விஜியக்கா பேச்சுக் குரல் கேட்டு தூக்கம் கலைந்து விழித்துப் பார்த்தாள்...

கமலா மகன்

◆

"வடக்குத் தெரு சின்னையன் தம்பி மவன்மா..." தண்டு மாமா சொன்னபோது சுத்தமாக நினைவுக்கு வரவில்லை. வடக்குத் தெருவில் மூன்று வீடுதான் மனதில் கொண்டு வர முடிந்தது. அதைத் தாண்டித் தோன்றவேயில்லை. இருபத்தேழு வருடங்களுக்குப்பின் இதுவே அதிகம் என்று சமாதானப்படுத்திக்கொண்டாள். அதற்கு முன்னால் மட்டும் என்னவாம். அங்கெல்லாம் அதிகம் போனது கிடையாது. யாராவது வருவார் போவார் உரையாடல் வழி அறிமுகமானால் உண்டு. வீட்டிலிருந்து பள்ளி.... பள்ளி விட்டால் வீடு. வெள்ளிக்கிழமை மாரியம்மன் கோயில் சனிக்கிழமை பெருமாள் கோயில்... இவ்வளவுதான். இதிலும் இரண்டு கோயில்களும் வீடிருந்த தெருவின் இரு முனைகளில்தான்....

கல்யாணம் நடந்தால் நிலை மாறும்; எதிர்வீட்டு தேவி மாதிரி என ஆசைப்பட்டதும் நடக்கவில்லை. தேவி வடபாதிமங்கலத்துக்கும் கொரடாச்சேரிக்கும் மாதம் இரு முறையாவது சவாரி வைப்பாள். ஒவ்வொரு முறையும் குறைந்தது நாலு நாள்... அப்பளம் வாங்க... கனகாம்பரம் வாங்க என்று எல்லாத் தெருவுக்கும் ஊர்வலம் போகவே இங்கு வருவதாக அம்மா சொல்வாள்.

ஆனந்திக்கு வரன் அமைந்ததோ சிதம்பரத்தில்... அதிலும் புறநகர்... ஒரு கோயிலுக்குப் போக நினைத்தால் கூட வண்டி வாகனம் தேட வேண்டும். அம்மா வீட்டுக்குப் போவதே ஆடிக்கு ஒருமுறை அமாவாசைக்கு ஒருமுறை என்றாகிவிட்டதில் வடக்குத்தெருவெல்லாம் யாருக்கு நினைவிருக்கிறது...

ஆச்சு... இதோ இரண்டு வருடம் ஓடிவிட்டது. அப்பா சாவுக்குப் போனது கொரடாச்சேரிக்கு... அம்மாவும் அண்ணன் வீட்டோடு திருப்பூர் போய் விட்டாள். தொலைபேசி வழி சீராட்டுத்தான். அவளிடம் கேட்டிருந்தால்கூடத் தெரியும். தண்டு மாமாவிடமே கேட்டிருக்கலாம். மூன்றாவது வீட்டு தண்டபாணிதான் சுருக்கமாக தண்டு மாமா. அவரது பள்ளித் தோழரோ, வீட்டிலிருந்த ஆச்சியோ சுருக்கியிருக்கலாம். இப்போதைக்கு ஊரோடு இணைக்கும் நைந்த கொடி தண்டு மாமாதான். என்னவோ ஆனந்தியின் கணவனுக்கு

அவரைப் பிடிக்கும்.

அவளே கவலைப்படாத ஊர் நிலவரம், சாகுபடி என்று எதையாவது அவரிடம் தொலைபேசியில் கதைப்பான். "நல்ல மனுஷன்..." என ஒவ்வொரு உரையாடல் முடிந்ததும் ஒரு நற்சான்றை உதிர்த்து விடுவான். தன்னுடைய காண்ட்ராக்ட் வேலைகளைப் பார்த்துக்கொள்ள ஒரு மேற்பார்வையாளன் தேவைப்பட்டபோது தண்டு மாமாவிடம் ஊரிலிருந்து யாரையாவது அனுப்பும் படி சொல்லிவைத்தான். இதற்கு முன்னிருந்தவன் ஒழுங்கற்று கவலைக்குள் ளாக்கி சண்டையோடு நின்றதால் இந்த தேடுதல்.

"பேசாம ஊர்லருந்து யாரையாச்சும் பாத்து அழச்சிட்டு வந்திடனும். இந்த ஊர்ப் பயலுவோ சரிப்பட்டு வர மாட்டானுவோ"

இதென்ன யோசனை... இவன் ஊர் இதுதானே...

இப்போது நின்றவன் மோசம் என்றால் இதற்கு முன்னிருந்தவன் இதை விட மோசம்தான். ஒரு வேலையையும் உருப்படியாகச் செய்யாமல், வருட காலம் வேலை பார்த்துக் கொண்டிருந்த தொழிலாளிகள் சிலரோடு மனத் தாங்கல் வரும்படியும் செய்துவிட்டுப் போனான். இருக்கட்டுமே... இவர்கள் ரெண்டு பேரும்தான் இந்த ஊருக்கே மொத்த ஆட்களா... நேரம் சரியில் லையோ... ஆள் தேர்வு செய்த விதம் சரியில்லையோ... சொல்லியும் பார்த் தாள்...

"ஏங்க... ஊர்லருந்து வந்தா அடிக்கடி லீவு கேப்பாங்க... தங்குறதுக்கு வாடக... ஓட்டல் செலவு எல்லாஞ் சேத்து சம்பளம் கூடத்தான கேப்பாங்க..."

"அதெல்லாம் யோசிக்காமயா சொல்லுவேன்... நம்ப மொட்டமாடி ரூம்பு சும்மாத்தான கெடக்கு... அதுலயே தங்கிக்கட்டும்... வாடவ செலவு இல்ல... நமக்கும் வீட்டோட ஒரு ஆளு இருக்காப்புல ஆயிரும்"

சாப்பாடு? என்ற கேள்வி வாயைவிட்டு வெளியே வராமல் மென்று கொண்டாள். இதே ரீதியில் ஒரு ஆளுக்கு சேத்து சமைக்க மாட்டியா என்று திரும்பினாலும் திரும்பும்.

"வேலப்பன் கடைல அக்கவுண்ட் சொல்லி வுட்டுறலாம்... அந்த டிவியெஸ் எப்பிடியும் குடுத்து வெக்கதான போறோம்... அதில போய்க்கட்டும்"

இப்படியாகத்தான் மாப்பிள்ளையின் யோசனைக்கு உடனே தலையாட்டி ஆள் பிடித்து அவன் கைச் செலவுக்குப் பணமும் கொடுத்து அனுப்புகிறார் தண்டுமாமா. ஆனந்தியின் கணவனை அவள் வீட்டார் கூப்பிடுவதைவிட அதிகம் மாப்பிள்ளை போடுபவர் அவர்தான். வருகிறவனுக்கு எலெக்ட்ரிக் வேலையும் நல்லா தெரியுமாம். சூபர்வைசரா இருந்தாலும் வேலையும் செய்ய ணும்னு சொன்னதுக்கும் சம்மதிச்சிட்டானாம்... மகிழ்ச்சி பொங்கிக்

கொண்டிருந்தது மாப்பிள்ளைக்கு.

இன்றிரவாவது அம்மாவிடம் கேட்டுவிட வேண்டும் என்று புடவையில் முடிச்சிட்டு வைத்துக்கொண்டாள். அண்ணனிடம் போன் வாங்கித்தான் அம்மா பேச வேண்டும். பேசத் தொடங்கும்போதே மூட்டுவலி பற்றி அம்மா அழ, அந்தப் பக்கம் அண்ணன் எரிச்சலடைய சமாதானம் சொல்லி போனை வைக்கும்வரை கை என்னவோ அனிச்சையாகப் புடவை முடிச்சை நெருடிக் கொண்டுதான் இருந்தது.

ஆயிற்று.. இதோ கொஞ்ச நேரத்தில் வந்துவிடுவான்.

“நா குளிக்கப் போறேன் ஆனந்தி. அந்தப் பையன் வந்து எறங்குனதும் போன் போடச் சொல்லியிருக்கேன். போய் கூட்டிட்டு வரணும். போன கவனி”

கொஞ்சம் தள்ளியிருக்கும் பகுதியில் உள்ளடங்கிய மனையை விலை குறைவு என வாங்கி வீடும் கட்டியாயிற்று. யார் எங்கிருந்து வந்தாலும் பிரதான சாலையிலேயே நிற்கச் சொல்லிவிட்டு போய் அழைத்து வருவது ஒரு வைபவ மாகவே மாறிவிட்டது. மகன் உயர்படிப்புக்காக பெங்களூர் போகும்வரை இது ஒரு சண்டையின் துவக்கமாகவே இருக்கும். “அவரையே போவச் சொல்லு...” என முறுக்குவான்.

மணி அடித்தது. அழைத்தது தண்டு மாமாதான்.

“என்னம்மா... மாப்ள இல்ல..”

“குளிக்கப் போயிருக்காரு மாமா... சவுக்கியந்தான...”

“இருக்கோம்மா... மளியக்கட-ன்னு ஒன்ன வெச்சனோ பொழச்சமோ... ஏதோ ஓடுது... அந்த ராஜா பய வந்துட்டானாம்மா...”

"இன்னும் இல்ல மாமா... அது செரி அவன் யாரு வூட்டுப் பய்யன்..."

“அதுக்குதான்.. அதுக்குதான் ஊருபக்கம் வர போவ இருக்கணும்கிறது. என்னமோ மாப்ள அப்பப்ப பேசுறாரு இந்த மாமாவ நெனப்பு வெச்சிருக்க..” தன் பேச்சைத் தானே சிலாகித்த ஒரு வெடிச் சிரிப்பைப் போட்டார். இப்போது கொஞ்சம் அசடு வழிந்தாக வேண்டும்.

“எங்க மாமா முடியுது... இவருக்கு வருஷம் முன்னூத்தி அரவத்தஞ்சு நாளும் வேலைதான்... வூட்ட வாசலைப் போட்டுட்டு நாம எங்க கௌம்பறது சொல்லுங்க..”

அதற்குள் இடுப்புத் துண்டோடு வெளியே எட்டிப்பார்த்து “யாரு” என் றான்.

“மாமாதான் ஊர்லருந்து..”

“சரி தோசைய ஊத்து”

மணிக்கணக்காக இவன் பேசினாலும் “சாப்பிட வரீங்களா” எனக் குரல் கொடுக்க முடியாது. மாமாவும் புரிந்து கொண்டார்.

“சரிம்மா. நீ போயி மாப்ளயக் கவனி. ராஜா வந்து சேந்ததும் ஒரு தகவலைச் சொல்லிருங்க. அவங்கம்மா ஒருத்தி... இவ்ளோ தூரம் அனுப்பற மேன்னு நேத்திக்கி சாங்காலம் பூரா கட வாசல்ல வந்து பொலம்பிகிட்டிருந்தா. அட... அவளைத்தான் ஒனக்குத் தெரியுமே... நவநீதம் ஆச்சி மவ கமலா. அவ புள்ளதான் இந்த ராஜா..”

இப்போது புரிந்துவிட்டது. நவநீதம் ஆச்சியும் அவளது ஏழெட்டு பிள்ளைகளும் ஊரின் எல்லா இடத்திலும் எல்லா வேலைகளிலுமாக இருந்தார் கள். மூன்று மகள்கள். இருவர் திருமணமாகி பட்டணத்துக்குப் பிழைக்கப் போனார்கள். விறகு உடைக்க, மரம் வெட்ட, மரம் ஏற, கூரை, ஓடு வேய என சகல வேலைகளுக்கும் மகன்கள் போனாலும் அவரவர் சாராயம், சம்சாரம் எனப் போனதுபோக நவநீதம் ஆச்சிக்கென்று எதுவும் கிட்டவில்லை. கல்யாணத்துக்கு நிற்கும் மகள் கமலா வேறு. யார் வீட்டில் என்ன வேலை என் றாலும் தட்டாமல் செய்வாள் ஆச்சி. எல்லாம் வாய்க்கும் வயிற்றுக்குமே முடிந்து போகிறதே... கமலாவின் கல்யாணம்...

ஆனந்திக்கு நன்றாக நினைவு வந்துவிட்டது. அம்மா... மணி அத்தை, ருக்கு அக்கா எனத் தெருப்பெண்கள் எல்லாம் நவநீதம் ஆச்சியைத் துளைத் துக் கொண்டு இருந்தார்கள்.

“எதுக்கு ஆச்சி இப்பிடிப் போயி வாக்கு குடுத்தே”

“நீ செஞ்சது செரியில்ல ஆச்சி... செப்புச் செலயாட்டம் இருக்கா இந்தக் கமலா குட்டி... இப்பிடி ஒரு மாப்ளைக்கி தரேன்னு ஏன் ஒத்துக்கிட்ட... நாலு பயலுவோ இருக்கானுவல்ல... ஒரு வார்த்த கேக்க வேணாமா ..”

“நடுவுளவன் குடிச்சிட்டு வந்து சண்ட வளத்தானாமே... அந்தக் குடிகாரப் பயலுக்கு இருக்க யோசனை கூட ஒனக்கு இல்லியா”

அரிசி மாவு இடித்துக் கொண்டிருந்த இரும்பு உலக்கையை எந்த சலனமு மில்லாமல் மாற்றி மாற்றிப் போட்டபடி ஆச்சி சொன்னாள்.

“எனக்குத் தெரியும் பாப்பா... அந்த முருவையனுக்கு வருசத்துல ஆறு மாசம் புத்தி செரியில்ல... நாகூரு, குணசீலம்னு சின்னையனும் அவுங்க அப்பாவும் கூட்டியிட்டு சுத்துனதும் தெரியும். சாக்கிரதையா கட்டி வெக்காட்டி எங்கியாவது போயி நின்னு ரகள பண்ணியிட்டு வர்றது... யாரயாச்சும் அடிச்சுப் போடறது, கையில கெடக்கிறத வீசி எறிவான்... அம்மாச பருவம்னா கெடச் சவங்கள கொதறுவான்... எல்லாந்தெரியும். பாசமா இருக்குறதா குடிச்சிட்டு வந்து ஆடுறானே நா பெத்த வீமசேனன் இவனுஞ்சரி மத்த வீமனுங்களுஞ்சரி...

இந்த குட்டிக்கு ஒரு மூக்குத்தி திருவாணி வாங்கி வெச்சிருக்கானுவோளா... அட... நவ நட்ட வுடு... ஒரு சீலத்துணி... ஒருவேள நல்ல சோறு... ஒண்ணுத்துக் கும் வழி கெடயாது... அவ அக்காகாரிங்க... அவவ பொழக்கிறதே பெரும்பாடா இருக்கு... நா இப்பிடியே நெல்லவிச்சி, மாவிடிச்சி, முறுக்கு சுத்தி, எந்தக் காலத் துல எங்க சோத்துக்கு மிஞ்சி... காசு சேத்து கல்யாணம் பண்ண.... அதான்... அவுங்கண்ணன் சின்னையன் வந்து கேட்டப்ப நானும் சரின்னுட்டேன்... எங்க சாதிக்காரவுங்கதான... வயல் வாசல்னு இருக்கு... அட சோத்துக் கவல இல்லாம யாவது கெடப்பாள்ள...

❖

ஆச்சியின் எதிர்பார்ப்பை நிறைவேற்றுவதுபோல் கமலாவுக்கு நகை புடவை எல்லாம் நிறைவாகச் செய்து பெருமாள் கோயிலில் கல்யாணம் நடந்தது. "என்ன இருந்தாலும்.." எனப் புலம்பிக் கொண்டிருந்தவர்கள் வாயடைப்பது போல முருகையனின் வார்ப்பாக ஒரு குழந்தையைப் பெற்றுக் கொண்டு சிரிப்பு மாறாமல் வளைய வந்து கொண்டிருந்தாள் கமலா. கண்ணில் மண்ணைத் தூவி விட்டு வெளியேறி முருகையன் ரகளை செய்யும் தருணங்களையும் அவளே கையாண்டாள்.

ஆனந்தியின் கல்யாணத்தின்போதே நவநீதம் ஆச்சியும் அவள் மகன்களும் ஒருவர் பின் ஒருவராகப் பட்டணம் போய் விட்டிருந்தார்கள். மறுவீடு சென்றிருந்த ஒருநாளில் வாசலில் நின்று கொண்டிருந்தாள் ஆனந்தி. பிள்ளைகள் கல்லெறிந்ததில் ரத்தம் கசிந்த முருகையனின் நெற்றியைத் துடைத்து இழுத்துக் கொண்டு வந்த கமலா, "பாப்பா.. மறுவுங்க வந்திருக்கியா" எனத் தெற்றுப்பல் தெரியச் சிரித்தாள். ஓடியதால் மூசு மூசென்று இறைத்தபடி, ரத்தத்தை ஒரு விரலால் தொட்டுத் தொட்டு எடுத்துக் கொண்டிருந்த முருகையனின் சிவந்த விழிகளும் வழிந்த வேர்வையும் தந்த மருட்சி ஆனந்திக்குப் பேச்சே வரவில்லை.

குறையாத புன்னகையுடன், "அப்பறமா வாறன்... அம்மாவக் கேட்டேன்னு சொல்லு... எம்மொவனுக்கு காச்ச அதான் ஒங்கல்யாணத்துக்குக்கூட வர முடியில.." சொல்லிக்கொண்டே அவனைப் பிடித்த பிடி விடாமல் இழுத்துச் சென்றாள்.

நடுக்கம் குறையாமல் அம்மாவிடம் போய்ச் சொன்னதும் "பாழுங் கெணத்துல தள்ளி வுட்டுட்டு ஆச்சி சொகுசா பட்டணத்துக்குப் போயிட்டா.. ஆனாலும் இந்தக் கிறுக்குப் பயல வெச்சி சமாளிக்கிறா...கெட்டிக்காரி..." சான்றிதழ் கொடுத்துவிட்டுப் புது மாப்பிள்ளையைக் கவனிக்க நகர்ந்தாள்.

❖

ஓ... அந்த மகன்தான் இப்போது வளர்ந்து இங்கு வருகிறானா...

தோசை சாப்பிட்டு முடிக்குமுன்பே அவன் அழைத்துவிட்டான். வண்டி எடுத்துக்கொண்டு அழைக்கப்போன கணவன் சற்றே கடுகடுப்புடன் திரும்பினான். உள்ளே நுழைந்தும் நுழையாததுமாக "சரியான கிறுக்குப் பயலா இருப்பாம் போலருக்கு" என முணுமுணுத்தான். சட்டென அதிர்ந்தாலும் காட்டிக் கொள்ளாமல் "வாப்பா" என அழைத்தாள். அப்படியே முருகையனுக்கு இளமை திரும்பியது போல நின்றான்.

கொஞ்சம் தயங்கி நுழைந்தவன் பையை வைக்குமுன் "மேல போலாம் வா..." மொட்டை மாடிச் சாவியோடு முதலாளி அழைக்க இவளைப் பார்த்து சோகையான ஒரு சிரிப்பை விட்டுவிட்டு கிளம்பினான். கொஞ்ச நேரத்தில் கணவன் மட்டும் இறங்க "எங்கே அவன்" என்றாள்.

"சுத்தம் பண்ணி வெச்சிட்டுக் கீழ வான்னு சொல்லியிருக்கேன்."

"எதுக்கு கோவமா வந்தீங்க..."

"பராசக்தி பேக்கரி வாசல்ல எறங்குன்னு பத்து வாட்டி சொல்லியிருக்கேன். சக்தி ஸ்கூல் வாசல்லையே எறங்கிட்டான்... டவுன் பஸ் நம்பர்லாம் சொன்னோம் ஏறிட்டேன்னு சொன்னானேன்னு திரும்ப போனப் போட்டா அங்கேயே நிக்கிறான்... அப்புறம் அங்க போயி கூட்டிட்டு வரேன். நீ ஒண்ணும் கேட்டுக்க வேணாம்... பாப்போம்"

முதலில் எரிச்சலாக இருந்தது மாறி இப்போது கமலா மகன் என்றதும் பாவமாக இருந்தது. "தோசை வேணா ஊத்திக் கொடுக்கட்டுமா" என்றாள்.

"வழியிலேயே சாப்பாடு வாங்கிக்கிட்டு வரச் சொல்லிட்டேன். அப்பறம் அதே பழக்கமா போயிடும்"

அரை மணி நேரத்தில் வந்து நின்று கொண்டு மணியடித்தான். கதவுக்கு வெளியிலேயே நிற்க வைத்துப் பேசி அனுப்பிவிட்டான். காலையில் எத்தனை மணிக்குப் புறப்பட வேண்டும் என்ன வேலை இத்யாதி... முதலாளியின் குரல் மட்டும்தான் கேட்டது. அவன் எதுவும் பேசினதுபோலத் தெரியவில்லை. தாளிட்டு வந்த ஐந்தாவது நிமிடம் மீண்டும் மணியடித்தது.

எரிச்சலுடன் திறந்தவனிடம் "அம்மா பேசணும்னு சொல்லுச்சி" என்றது காதில் விழுந்தது. நீட்டிய கையில் மொபைலைக் கொடுக்காமல் "அவங்க கிட்ட" என்றான். உள்ளே வேகமாக வந்து "யாருன்னே தெரியலன்னு சொன்ன... இப்ப அவங்கம்மா உன்கிட்ட பேசணும்னு சொல்றான்..." சற்று குரோதம் இருந்தாற்போலிருந்தது.

"சட்டுபுட்டுன்னு பேசிட்டு கதவ சாத்திட்டு வா"

கமலா அக்கா ஏதோ நேரில் வந்து நிற்பது போலவும் நெட்டி வழித்துப்

பேசுவது போலவும் குழைந்து கொண்டிருந்தாள். இரண்டு நிமிடம் எதிரே நின்று கொண்டிருந்தவன் பிறகு நகர்ந்து வாசல் இரும்பு கிராதியைப் பிடித்துக் கொண்டு வேடிக்கை பார்க்கலானான். கமலா பேசிக்கொண்டே இருந்தாள். ஆனந்தி வீடு என்று சொன்னதால்தான் மகனை அனுப்பி வைக்க முடிவு செய்ததாகவும், அவனை தம்பி போலப் பார்த்துக் கொள்வாள் என்று நம்புவதாகவும், அவன் வாழ்க்கையில் இனி எல்லாம் நன்றாக நடக்கும் என நம்புவதாகவும்... ராஜாவின் பெரியப்பா காலம்வரை கஷ்டமில்லாமல் இருந்தது பற்றியும் அவன் பள்ளி முடிக்குமுன்பே அவர் திடீரெனக் காலமானதால் பூர்வீகம் என ஒரு வீடு மட்டும் கிடைக்க அதையே விற்று பக்கத்துக் கிராமத்தில் குடியேறியதாகவும் ஓரிரு வருடங்களில் முருகையனும் இறக்க தானும் மகனுமாக இருப்பதாகவும்...

தன்மேலும் பிடிப்பு வைத்து ஒருத்தி இத்தனை சொல்வதில் ஆனந்தி கரைந்திருந்தாள். சற்றே வாஞ்சை ததும்ப அவனிடம் அலைபேசியைக் கொடுத்தபோது சலனமின்றி வாங்கிக்கொண்டு படியேறினான்.

உள்ளே திரும்பிய போது "யாரு.." என்றான் தூக்கக் கலக்கத்தோடு...

"தெரிஞ்சவங்கதான்" என்பதோடு நிறுத்திக் கொண்டாள். முருகையன் விவகாரம் சொன்னால் பயந்துவிடக் கூடும்.

அலைபேசி ஒலிக்க எடுத்துப் பார்த்தாள். அண்ணனின் எண். அம்மா அழைக்கிறாள். இவன் தூக்கம் கெடுவதாக எரிச்சல்படுவான். அறையை விட்டு வெளியேறிக் கூடத்தில் வந்து உட்கார்ந்து கொண்டாள் "என்னம்மா இன்னிக்கி வலி தேவலாமா.."

"இப்பதான் டாக்டர்ட்ட போயிட்டு வந்தோம். தைலம் கொடுத்திருக்காரு"

மோலாசு வைத்தாயே மகளிடம்... இப்போது இதையும் சொல் என அண்ணன் சொல்லியிருக்கலாம். அதனால்தான் உடனடியாக அழைப்பு!

"அம்மா... நம்ம கமலாக்கா மவன் இங்க வேலக்கி வந்திருக்கான்...."

"எந்த கமலா ?"

"அதாம்மா.. நவநீதம் ஆச்சி பொண்ணு..."

"அந்த கிறுக்குப்பய முருவையனக் கட்டிகிட்டாளே அவளா... அவ மவன் என்னா வேல செய்யப்போறான்..."

"ஏம்மா இப்பிடி சொல்ற.."

"அவனுக்கும் ஏதோ ஒடம்பு செரியில்ல அவன் எப்பிடி திடீல்னு இங்க வந்தான்.."

"இவருதாம்மா தண்டு மாமாட்ட ஆளு வேணும்னு சொல்லியிருந்தாரு.

அவென் எலெக்ட்ரிக் வேலை தெரிஞ்சவன்னு மாமாதான் அனுப்பியிருக்காரு. இப்பதான் வந்தான்..”

“அந்த ஆளுக்கு என்ன நெனப்பு... எதுக்கு இவனப் புடிச்சி பொறுப்பா அனுப்பி வுடுறாரு.. இவன்தான் வர்றான்னு தெரியுதுல்லா... ஒரு வார்த்த யாரு என்ன விவரம்னு என்னக் கேக்குறியா.. இவன் ஏதாச்சும் செஞ்சு வெச்சா உங்க வூட்டுக்காரருக்கு நம்ப பரம்பரையே ஞாவுகம் வந்துரும்... ஒன்னத்தான் கரிச்சி கொட்டுவாரு....”

“அவுங்கப்பா கிறுக்குன்னா இவன் என்னம்மா செய்வான்... கமலாக்கா கூட எங்கிட்ட பேசுச்சு.. ஒந்தம்பி மாறி பாத்துக்கன்னு அப்பிடியே அளுதிருச் சும்மா...”

“மூணு வருஷம் முன்னாடியே கல்யாணம் பண்ணிக்கிட்ட பொண்ணு ஒரே வாரத்துல போயிருச்சின்னு சொன்னாங்கடி.... அது எதுவும் சொன்னாளா..”

“இல்லியே...”

“நீ ஏந்தான் இப்பிடி இருக்கியோ... அவ என்னா சாமார்த்தியமா பேசி யிருக்கா பாரு...”

“இப்ப என்ன செய்யனுங்கிற”

“இந்த தண்டு கெழவனுக்கு எல்லாம் தெரியும். எதுக்கு இந்த வேண்டாத வேல... சரி வீட்ல எதுவும் சேக்காத.. வேலக்கி வந்தமா போனமான்னு இருக் கட்டும்... உங்க வீட்டுக்காரருக்குப் பிடிச்சிருந்தா வெச்சிக்கட்டும். இல்லாட்டி அனுப்பட்டும். அவுங்க பாடு.... என்னா புரியுதா..”

“ம் செரி...”

இதற்குமேல் இவளிடம் இங்கேதான் மாடியில் இருக்கிறான் என்று சொன் னால் நிச்சயம் கூப்பாடு போடுவாள். விவாதம் தொடர்ந்தால் கணவர் வந்து விடக்கூடும். அவர் காலையில் கிளம்பியபின் தண்டு மாமாவைக் கூப்பிட்டுப் பேச வேண்டும். ஆனால் அவர் ரொம்பப் பொறுப்பாக இருப்பதாக நினைத்து மாப்பிள்ளையிடம் விளக்கம் தராதிருக்க வேண்டும். காலையில் கணவர் சற்றே காய்ச்சல் இருப்பதாகச் சொல்லி வேலையாட்களோடு ராஜாவை அனுப்பிவிட்டு வீட்டிலேயே தங்கிவிட்டான்.

அவ்வப்போது தொலைபேசி அழைப்பும் ஏனோ இவளிடம் எரிச்சல் காட்டுவதும் தொடர்பு உள்ளதா தனித்தனியா என்று குழம்பிக்கொண்டே நாள் கழிந்தது. மாலை ஆட்கள் வந்து வேலை நிலவரம் சொல்லிவிட்டு ராஜா வையும் விட்டுப் போனார்கள். எப்படியிருந்தான் என்ன செய்தான் எனக் கேட்கலாமா... வேண்டாமா... இதுவரை யார் பற்றியும் கேட்டதில்லை என்பதால் கணவனே எரிந்துவிழக்கூடும். இரண்டு நாட்கள் போனது.

“இவன் எதுக்கு இப்பிடி திருதிருன்னு முழிக்கிறான்”

கணவன் சொல்வது எதுவும் காதில் விழாதது போல் இருப்பது பல நேரங்களில் பாதுகாப்பு. இவளுக்கும் ஒரு தீர்மானத்துக்கும் வரமுடியவில்லை. தானும் போகாமல் வேலை சுமுகமாக நடப்பது பற்றி அவனுக்கு ஒரு திருப்தி வந்ததுபோல இருந்தது.

இப்படியே இருக்கட்டும். ஒருவன் எப்போதோ ஏதோ மாதிரி இருந்திருந்தால் எப்போதும் நன்றாக இருக்க மாட்டானா. கமலாக்கா எவ்வளவு பாவம். புருஷன்தான் அப்படி இருந்தான் என்றால் ஒற்றைக்கு ஒரு பிள்ளை நன்றாக இருந்தால் எவ்வளவு நிம்மதியாக இருக்கும். அட வேறொன்றும் வேண்டாம். நவநீதம் ஆச்சி சொன்ன நல்ல சாப்பாடு மட்டுமாவது கிடைக்கட்டுமே. அம்மாவிடம் ஜாக்கிரதையாக இப்போதைக்கு இதைத் தவிர்த்து விட்டாலே தேவையற்ற குழப்பம் இருக்காது.

நல்ல ஆள் யாரும் மேற்பார்வைக்கு இல்லாமல் கணவரும் அதிக கஷ்டப்பட்டுக் கொண்டுதான் இருந்தார். முடிந்தால், கொஞ்சம் காய்ச்சல் சரியானதும் பெங்களூர் போய் மகனைப் பார்த்து வரவேண்டும். அப்படியே அம்மாவைக் கூட.....

ஏதோ ஒரு எண்ணிலிருந்து வந்த அழைப்பில் சிந்தனை தடைப்பட்டது.

“சாமி கம்பனிங்களா..”

“ஆமா. .நீங்க யாரு..”

“உங்க கம்பெனியில ராஜான்னு யாரும் இருக்காங்களா”

“ஆமாங்க. அவருக்கென்னாச்சு. நீங்க எங்கேருந்து பேசறீங்க..”

“பதட்டப்படாதீங்க... அவுரு என் கூடத்தான் இருக்காரு... சாப்புட வந்தேன் வழி தெரியில... ஊருக்குப் புதுசுன்னு சொல்றாரு... அதுக்கு மேல இடம் தெரு ஒண்ணும் சொல்ல மாட்டேங்குறாரு... தெரியில போல... அவுரு வண்டில பெட்ரோல் வேற இல்ல... இடம் சொல்லுங்க நானே அழச்சிட்டு வர்றேன்....”

“நீங்க எங்க இருக்கீங்க. இது கணபதி நகர்”

அவர் சொன்ன இடம் பன்னிரண்டு கிலோ மீட்டருக்கு அப்பால் உள்ள ஏரிக்கரை. ராஜா சாப்பிடப்போன வேலப்பன் கடை கணபதி நகர் முனைதான்.

உமா மோகன் எழுதிய பிற நூல்கள்

டார்வின் படிக்காத குருவி
    - கவிதைகள் - 2013 டிசம்பர்
வெயில் புராணம்
    - பயண அனுபவக் குறிப்புகள் - 2013 டிசம்பர்
ஆயி மண்டபம்
    - கவிதைகள் - 2014 டிசம்பர்
துயரங்களின் பின்வாசல்
    - கவிதைகள் - 2016 பிப்ரவரி
நீங்கள் உங்களைப் போலில்லை
    - கவிதைகள் - 2017 ஜனவரி
தழையுணர்த்தும் சிறு வாழ்வு
    - கவிதைகள் - 2018 ஜனவரி